వివిధ

వ్యాస సంపుటి

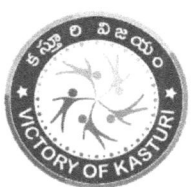

కస్తూరి విజయం
VICTORY OF KASTURI

భమిడిపాటి గౌరీశంకర్

ALL RIGHTS RESERVED

All rights reserved. No part of this publication may be reproduced, stored in or introduced into a retrieval system, or transmitted, in any form by any means may it be electronically, mechanical, optical, chemical, manual, photocopying, or recording without prior written permission of the Publisher/ Author.

Vividha
of
Bhamidipaati Gowri Sankar

Ph: +91 94928 58395
Email:
Copy Right: Bhamidipaati Gowri Sankar

Published By: Kasturi Vijayam
Published on: May/2025

ISBN (Paperback): 978-81-982729-7-3

Print On Demand

Ph:0091-9515054998
Email: Kasturivijayam@gmail.com.

Book Available
@
Amazon (Worldwide), flipkart

నా మాట

'వివిధ' నేను తీసుకు వస్తున్న వ్యాస సంపుటి. కథ, వ్యాసం అంటే నాకిష్టం. గడిచిన నాలుగు దశాబ్దాలుగా వీటి పైన కృషి చేస్తున్నాను. అంతర్జాతీయ, జాతీయ స్థాయి సదస్సులలో ప్రత్యక్షంగా, పరోక్షంగా (వెబినార్) పత్ర సమర్పణలు చేశాను. ప్రశంసలు, విమర్శలు అందుకున్నాను.ఓ మూడు వ్యాస సంపుటాలు ప్రచురించాను. కాగితాన్ని దాచుకుంటే చివికి పోయి శిథిలమయ్యే ప్రమాదముంది. నా వ్యాసాలు చరిత్ర శకలాలలోకలిసి పోతాయి. అలా కాకుండా నాకంటూ ఓ ఉనికి, అస్థిత్వం కోసమే క(న)ష్టమైనా పుస్తకంగా ప్రచురిస్తున్నాను. మిత్రులు తమ వంతు సహకారం అందిస్తున్నారు.వారికి ధన్యవాదాలు.నా మిత్రుడు చంద్రశేఖర్ నాకు వెన్ను దన్ను.సాహితీ మిత్రులు డా.ర్యాలీ శ్రీనివాస్, పెద్దలు వారణాశి సత్తిబాబు దంపతులు, మా కళాశాల ప్రిన్సిపాల్ మృదు వచస్వి డా.పులఖండం శ్రీనివాస రావు, గురజాడ విద్యాసంస్థల అధినేత శ్రీ.జి.వి.స్వామి నాయుడు గారు, ప్రముఖ జర్నలిస్ట్ శ్రీ సదాశివుని కృష్ణ గారికి, నా తమ్ముడు అందరికీ ఈ సందర్భముగా కృతజ్ఞతలు తెలుపుకుంటున్నాను.ఈ పుస్తకాన్ని అందంగా ముద్రిస్తున్న 'కస్తూరి విజయం'వారికి ధన్యవాదాలు.

భవదీయులు

భమిడిపాటి గౌరీ శంకర్

వ్యాస ఘట్టాలు

1. భాషా సాహిత్యాల విశ్వరూపం - వ్యాస ఘట్టాలు..............................1
2. ఆముక్తమాల్యద – తాత్త్వికత 5
3. అభ్యుదయ కవి - శ్రీశ్రీ 11
4. అజరామరం - శ్రీశ్రీ కవిత్వం.. 16
5. భాషా **ఉషస్సు** - 'శ్రీనివాస' ఛందస్సు.. 22
6. భావకవిగా శ్రీశ్రీ.. 27
7. జానపదంలో 'జాతర' సాహిత్యం 32
8. సంస్కర్త, మానవతావాది... మల్లయ్యశాస్త్రి.. 37
9. నూతన విద్యా విధానం భారతీయ భాషలు 43
10. జానపద సాహిత్య రాజు - ఆచార్య బిరుదురాజు 48
11. సామాజిక సమరసత – సంక్రాంతి 52
12. సోమేశ్వర క్షేత్ర మహాత్మ్యం-ఆధ్యాత్మికాంశములు 56
13. తెలంగాణా సాహిత్యంలో దేవాలయాలు.. 61
14. సమాజ స్ఫూర్తి కీర్తి పతాక... మన 'తెలుగులెంక' 67
15. భారతీయతత్వం 'వసుధైక కుటుంబం'.. 74
16. వైవిధ్యభరిత కవితా 'విభిన్న' 79
17. అద్భుత భక్తి దృశ్యం- విష్ణుచిత్తీయం 81
18. వ్యక్తిత్వ వికాసం.. 87
19. భారతీయ పురాణాలు - జానపద, గిరిజన సాహిత్యం............................ 92
20. గురు విశ్వ 'స్ఫూర్తి' - మానవజీవన వైచిత్రి 99

భాషా సాహిత్యాల విశ్వరూపం - వ్యాస ఘట్టాలు

"ఈ వ్యాస సంపుటిలో పరిచయాత్మకములు, వివరణాత్మకములు, సంస్మరణాత్మకములు, సమీకాత్మకములు అయిన విశిష్ట వ్యాసాలున్నాయి. రచయిత సమగ్ర విషయ సేకరణ, నిశిత విశ్లేషణ సంస్కారము ఈ వ్యాస సంపుటికి ప్రామాణికతను చేకూర్చాయి. భావి పరిశోధకులకు, విమర్శకులకు, సాహిత్య ప్రియులకు ఈ రచన బహుధా ఉపయుక్తమని ఆచార్య అప్పాజోస్యుల సత్యన్నారాయణ గారు ప్రశంసా పత్రమిచ్చారు. ఈ వ్యాఖ్యానము చాలు. ఈ రచన సమగ్రతను తెలియజేసేందుకు. ఇది 748 పేజీల బృహద్గ్రంథం. రచయిత తన ముందుమాటలో ఈ పుస్తకంలోని వ్యాసాలను గూర్చి విహంగ వీక్షణం చేసారు. ఆయన భాషాపటిమను వర్ణించ వేయిపడగల ఆదిశేషుకు కూడా సాధ్యం కాకపోవచ్చు. ఆయనది సున్నితమైన వ్యక్తిత్వం, మాట. ఇది సహృదయులైన మీకు సమర్పిస్తున్న ఇప్పటి నా కృషి ఫల నైవేద్యమని ఆయన వినయంగా చెప్పుకున్నారు.

ఈ బృహద్గ్రంథంలో ఆరు పదుల వ్యాసాలున్నాయి. ప్రాచీన సాహిత్యంలో 'ప్రౌఢమైన పద్యం' నుంచి ఆధునిక 'అంతరిక్షం ప్రపద్యే' వరకు ఉన్నాయి. నన్నయ్య, నన్నెచోడుదును గూర్చి 5 వ్యాసాలలో వారి పండిత ప్రకర్షను అత్యున్నతంగా వివరించారు రచయిత. శ్రీనాధుని రచనలపై మూడు వ్యాసాలు, పోతన పైన రెండున్నాయి. గురుడ పురాణం పై కొత్త వెలుగులున్నాయి. భారతీయ సంస్కృతిలో

నైమిశారణ్యం గురించి అత్యంత తాత్విక దృక్పథంతో వివరించిన వైనానికి నమో వాక్కమలర్పించవలసిందే..!

పిల్లలమఱ్ఱి పినవీరభద్ర కవి కావ్యాలు, సాహిత్య చారిత్రక విశేషాలు పై 3 అత్యంతద్భుతమైన వ్యాసాలున్నాయి. ముఖ్యంగా సాహిత్య చరిత్రలో కనీవినీ యెరుగని పర్యాయ పద కావ్యం గురించి తొలినాటి ప్రస్థావనలు నుంచి వివరిస్తూ గ్రంథ నామకరణ ఔచిత్యం, ప్రబంధ కథానకం- గ్రంథ చౌర్య విమర్శ- అంపుటకురము.. ఇలా ఎన్నో అపూర్వమైన అలభ్య, అరుదైన సాహిత్యాంశాలను దాదాపు 50 పేజీలలో వివరించిన విధానం రచయిత భాషా ప్రౌఢికి నిదర్శనం. (ఇది చాలా చిన్నమాట). ప్రాచీన సాహిత్య భాషా వారధి నుంచి ఆధునికతవైపుగా క్రమానుగతిలో ఓ ప్రణాళిక యుతంగా సాగించిన మురళీధర రావుగారి వ్యాసాలు 'నయాగర ' ఆవిష్కరణ స్వర్ణోత్సవం (నయాగరా కవులలో ఒకరైన సుబ్రహ్మణ్యం గారి పుత్రుడే ఈ మురళీధర రావు గారనేది విశేషం). ఆరుద్రగారి 'ఆడదాని భార్య ' బైరాగి జాడ, అనువాదంలో వివిధ రకాలైన పోకడలను ఇందు కడు హృద్యంగా, అత్యంత భాషా సొబగులతో అలంకరించారు.

రచయిత ఏల్చూరి వారి నిశితమైన సన్నివేశ, భావాత్మ, భాషా, విశ్లేషణ, అన్వేషణ (పరిశోధన అనాలేమో) ఎంత గొప్పవంటే ఉద్యోగ పర్వంలోని 'కాకుదీకం శుకంనాక రుక్షిసంతర్జనం తథా' అనే శ్లోకంలో "కాకుదీకము" (బలమైన మూపురంతోడి ఎద్దు) "ఆస్యమోదకము" (తియ్యని భక్ష్య విశేషం) వంటి పదాలను పై అర్థాలలో నిఘంటువులో కనబడవని, దేవ బోధుడు తన 'జ్ఞాన దీపిక 'లో చెప్పాడని విమల బోధుని 'దుర్ఘటార్థ ప్రదర్శిని' లో ఉన్నదని రచయిత చెబుతారు. అరుదైన అంశాలను గొప్ప సరళంగా, స్పష్టంగా సోదాహరణలతో, నిక్కచ్చి అయిన గ్రంథ ఆధారాలతో చెప్పటం ఈ గ్రంథ ప్రత్యేకత.

'వేయేండ్ల ఆంధ్ర వాఙ్మయంలో అత్యంత ప్రౌఢమైన పర్వమేది' అంటే చెప్పటం కష్టమే. 'అప్రతీత పద ప్రయోగం, అన్వయ క్లేశం మూలానా భావ ప్రౌఢి కారణ వశాన అర్థ నిర్ణయం దుష్కరమైన ' పద్యాలెన్నో ఉన్నాయని ప్రాచీన కావ్యభాషకు ధీటైన సాహితీ పరిమళభరిత పదజాలంతో తెనాలి రామకృష్ణ కవి 'కందర్ప కేతు విలాసము'లో నిశ్శబ్ద చిత్రమును పరిచయం చేస్తూ

కమలా కర కమలాకర/ కమలాకర కమల కమల

కమాల కరమై/ కమలాకర కమాల కర/ కమాల కరమైన

కొలమగని రాసుదతుల్ ' అనే పద్యంను పేర్కొన్నారు.

'శాబ్ధిక ప్రౌఢి'కిదో ఉదాహరణ. రచయిత అన్వయం చదువుకోవాలి. చెబితే శబ్దార్థ సౌందర్యం తగ్గవచ్చు. శాబ్ధిక ప్రౌఢి, ఏకాక్షర ప్రౌఢి 'దదదదద...'వంటి 64 దలతో ఉదహరణిస్తారు. సాంస్కృతిక ప్రౌఢి అనగా పద్యం వినగానే తెలుగా? సంస్కృతమా అనిపించే తీరు. తెనాలి రామకవి రచించిన 'దశావతార స్తుతి 'లోని పద్యం చెప్పారు. స్థలాభావం చేత నేను వివరించటం లేదు.

ఆధునిక సాహిత్యానికి సంబంధించి అనేకాంశములు పుస్తకంలో ఉన్నాయి. శ్రీశ్రీ, విశ్వనాథ, దేవులపల్లి, అనిశెట్టి ఇలా పెక్కుమంది ప్రయోగాత్మక రచనలను పేర్కొన్నారు. బహు అరుదయిన అంశమేమిటంటే (ఎంతమందికి తెలుసో నాకు తెలియదు) అద్భుత గాయకునిగా 3000 కు పై చిలుకు హిందీ, కన్నడ, తెలుగు భాషలలో పాటలు పాడిన పి.బి.శ్రీనివాస్ గారు గొప్ప భాషావేత్తలని మురళీధర్ గారు ఈ గ్రంథంలో పేర్కొనటం జరిగింది. ఆయన మానస పుత్రిక వంటి ఛందస్సులు 'శ్రీనివాస వృత్తము', 'గాయత్రీ వృత్తము 'లను సోదాహరణలతో వ్యాకరణ పరమైన అన్వయాలతో వివరించటం జరిగింది. అంతేకాదు శ్రీనివాస్ గారి 'దశగీత సందేశము' 'గాయకుడి గేయాలు' (ఈ పుస్తకం అలభ్యం) వంటివి పరిచయం

చేసారు. చాలా లోతైన భావాలతో ఎస్. రాజేశ్వర రావుగారి గురించి ఆయన రాసిన కోహినూర్ అనే గేయంలో 'నవ్వు రసాల రసాలూరు/ లడకల హంసల లయదారు/ కంఠం మధుర రసాలూరు/ కదిలే కేశా ఎరులూరు' అని వివరించినారని రచయిత అచార్య ఏల్చూరి మురళీధర రావు గారు అత్యంతద్భుతంగా వివరిస్తారు.

ఇలా ఈ 750 పేజీల గ్రంథంలో ఆయన చెప్పని అంశం లేదు. స్పృశించని కవి లేదు అంటే అతిశయోక్తి కాదు. ఈ గ్రంథం పూర్తి పేరు వాఙ్మయ చరిత్రలో కొన్ని వ్యాస ఘట్టాలు. మరికొన్ని విశేషాంశాలు నేను కేవలం కొండను అద్దంలో చూపే ప్రయత్నం చేసారు. భాష, సాహితీ ప్రేమికులు తప్పనిసరిగా దాచుకోతగ్గ గొప్ప గ్రంథమిదేనని నా అభిప్రాయం.

ఆముక్తమాల్యద – తాత్వికత

16వ శతాబ్దంలో విజయనగర సామ్రాజ్యాన్ని పాలించిన రాజు శ్రీకృష్ణదేవరాయలు. మత సామరస్యానికి దోహదం చేసాడు. సామ్రాజ్య విస్తరణ, చక్కని పాలన ధ్యేయాలు కీర్తిని గడించినవాడు. ఆయన సాహితీ సమరాంగణ సార్వభౌముడుగా యశస్సును పొందాడు. తన కొలువు కూటమిలో "భువన విజయం" అనే సాహితీ సభను ఏర్పాటు చేసాడు. అష్టదిగ్గజ కవులను పోషిస్తూ సాహిత్య గోష్టిని నిర్వహించేవాడు. రాయలు స్వయంగా కవి. కవి పోషకుడు. ఆయన స్వయంగా రచించిన 'ఆముక్త మాల్యద' తప్పా మిగిలిన రెండు అలభ్యాలే. 'ఆముక్తమాల్యద' లో గోదా శ్రీరంగేశుల కళ్యాణం ప్రధానవృత్తం. యమునాదుల వృత్తాలు ప్రసంగవశమున చెప్పబడ్డాయి. ప్రాసంగికాలు. ఈ ప్రబంధంలో మూడు కథలున్నాయి. విష్ణుచిత్తుని కథ, యమునా వృత్తాంతము, మాలదాసరి కథ. విష్ణుచిత్తుని కథలో దయావీరం, రెండవ కథలో ధర్మవీరం, మూడవ కథలో దానవీరం ప్రధానం. ఈ కథలో నాయకుడు సాక్షాత్పరమేశ్వరుడు. షడ్గుణ పరిపూర్ణుడు. నాయిక గోదాదేవి ఉత్తమ ప్రకృతి గలది (అయ్యింటు వదన ధరాంగన గావున) నాయకుడు దివ్య ప్రకృతి. నాయిక మానవ ప్రకృతి. కథానాయకుడు భగవంతుడు కనుక అన్నీ పరమేశ్వరుని ఆజ్ఞకు లొంగి ఉండేటట్లు చేయడం వలన వీర, దయ, శృంగార, భక్తి మేళవింపుల ఆధ్యాత్మికత 'ఆముక్తమాల్యద' ను అమూల్యమైన సాహితీ సంపదగా నిలిపింది.

వివిధ (వ్యాస సంపుటి)

ఈ ప్రబంధంలో నాయకుడు పెరియాళ్వారు. నిరంతరం భగవంతుణ్ణి హృదయంలో ప్రతిష్ఠించుకున్నవాడు. ఎల్ల వేళలయందు అతని గృహం అతిథి మర్యాదలతో, దివ్య ప్రబంధానుసంధానంతో అధ్యాత్మికత పరిమళాలు వెదజల్లుతూ ఉండేది. అతనింట్లో నాగేంద్ర శయను పుణ్య కథలు వినవస్తూ ఉంటాయి. అతనింట్లో భూదేవి కూతురుగా జన్మించింది. అతని ముఖ సీమను ఆశ్రయంగా చేసుకొని భగవంతుడు పతితోద్ధరణ చేసాడు. అతను ప్రపత్తియోగి. మాలికా కైంకర్యంతో జీవితాన్ని వెళ్ళదీస్తున్నాడు. ఇతడు పండితుడు కాడట. **"స్వామి! నన్ను నిథః పురాపఠితశాస్త్ర గ్రంథ జాత్యాంధు"** అని తనే స్వామితో చెప్పుకున్నాడు. శాస్త్ర గ్రంథాలు తను చదవలేదనటమే అతని ఆధ్యాత్మిక ప్రవృత్తికి పరాకాష్ఠ **"వాడి భంజనంబును, రాజ రంజనంబును జేయుచు/ పునర్జననంబులకు విసువని జనంబులనుగానిమ్ము/ మాదృశులకు"** అని విడిచాననంటాడు విష్ణుచిత్తుడు. ఇతడు పండితుడు కాకపోయినా పరిణిత మనస్కుడు. కనుకనే భగవత్ స్తుతులన్నీ పెరియాళ్వారే చేశాడు. 'ఆముక్తమాల్యద' లో రాయలవారు ఆధ్యాత్మికతకు పెద్దపీట వేశారు. ముఖ్యంగా మత్స్యధ్వజుడనే రాజు కామప్రేరితుడు. వేళాపాళా లేకుండా అతని కామతృష్ణ వలన ధర్మం తప్పుతున్నానేమోనని చింతన జేసేవాడు. ఒకసారి ఒక బ్రాహ్మణుడు చెబుతున్న మాటలు అతని చెవులలో పడి ఆలోచింపజేసాయి. అందులో **'పూని పరంబునకిప్పుడు ఉద్యమంబు అనువుగజేయగా వలయున్'** అనే వ్యాఖ్యానం కనువిప్పు కలిగించింది. తను ఎంత ప్రమాద మార్గంలో ఉన్నాడో తెలుసుకున్నాడు. భయపడి, తను అంతవరకు వెడుతున్న ఉంపుడుకత్తె నివాస భవనము వైపు వెళ్ళకుండా, నిశ్చేష్టుడై నిలిచి

ఎక్కడి రాజ్య వైభవము? లెక్కడి భోగము? లేటి సంభ్రమం?

బిక్కట! బుద్బుద ప్రతిమమైన శరీరము నమ్మి మోక్షపుం

జిక్కి గణింపకుంటి; యుగ సంధుల నిల్చియు గాలు చేతిబల్

త్రొక్కుల నమ్మను ప్రభృతులున్ దుద రూపరకుండ నేర్చిరే

ఇవెక్కడి రాజ్య వైభవములు? ఎక్కడి భోగములు? ఏమిటీ సంపదలు? అయ్యో! నీటి బుడగ వంటి శరీరమును శాశ్వతము అనుకున్నాను! మోక్ష మార్గమును గురించి ఆలోచనే చెయ్యలేదు. యుగాల పర్యంతము దీర్ఘ ఆయుర్ధాయమును అనుభవించిన మనువులు కూడా దీర్ఘ ఆయువును మాత్రమే పొందారు గానీ, శాశ్వతమైన ఆయుర్ధాయమును కాదుగదా. వారే చిరంజీవులు కారే. మనమనగా ఎంత? నేనెంత? నా రాజ్యము, భోగములు ఎంత? అని చింతించాడు. అంతేకాదు... షట్చక్రవర్తులను, షోడశ మహారాజులను కూడా కాలము కబళించలేదా? నేనెంత? వీరందరికీ తప్పని మృత్యువును నేను తప్పించుకోగలనా? చాలా చింతించాడు. తత్వ విచారణ చేసాడు. ఏది శాశ్వతమనే ప్రశ్నలు వేసుకున్నాడు.

"సర్వే క్షయాంతా నిచయాః పతనాంతాః సముచ్ఛ్రయాః

సంయోగా విప్రయోగాంతాః మరణాంతం హి జీవితం"

కూడ బెట్టేవన్నీ కరిగిపోయేవే, పైపైకి ఎగిసినవన్ని పడిపోయేవే. కలయికలన్నీ ఎడబాటులకే, జీవితానికి మరణము కదా ముగింపు. పరలోకము ప్రయాణము కొఱకు కొన్ని ఏర్పాట్లు అవసరమే కదా... మోక్ష చింతయే ప్రధానాంశం ఇదేమీ రాయలవారి తార్కిక నాటకీయత కాదు. తులసీదాసుకు యిలాగే జ్ఞానోదయమయింది. అసామాన్యుడు ఐన మత్స్యధ్వజుడు మాన్యుడు కావడానికి

కావలసిన స్థిర సంకల్పముతో ఒక సుస్థిర నిర్ణయం తీసుకొని జీవనయానములో ప్రయాణీకుడు తీసుకోవలసిన ముందు జాగ్రత్తలు దైవచింతన, సత్ప్రవర్తన, సాధుజీవనం, తోటి ప్రయాణీకులతో స్నేహము, ప్రేమ మొదలైనవి. ఈ జీవితం కేవలం ఒక ప్రయాణమే. గమ్యం కాదు. ఇకనైనా పరలోకపు తీరాలకు సర్వ సన్నద్ధుడై ఉండాలనుకున్నారు మత్స్యధ్వజుడు. రాయలవారిలో భక్తి శృంగార పూరిత తాత్వికత అద్భుతం. అక్కడక్కడ పోతన భాగవత పోకడలు, రచనా మేళవింపులు కూడా కనిపిస్తాయి.

కాన దటిచ్చల నుగురా

జ్ఞానందము మరగి యింద్రియారాముడ నై

పోవింతనుండి పరలో

కానందంబునకె యత్నమాపాదింతున్...

రాజ్యములు, రాజులు శాశ్వతులు కారు. మహామహులు, కారణజన్ములు కాలగర్భములో కలసిపోయారు (కారే రాజులు రాజ్యముల్ - పోతన) నేనెంత అని పశ్చాత్తాప పడ్డాను. అంతేకాదు...

వర్గత్రయ పరత ముహు

స్వర్గక్ష్మా మధ్య మాద్య జజ్ఝాలికతా

దుర్గతియు నొల్ల, మఱి యప

వర్గదుడేవే ల్పెటింగి వాని భజింతున్

అని నిశ్చయించుకున్నాడు. వర్గత్రయము (ధర్మము, అర్థము, కామము) మీద ప్రేమతో నాలగవ పురుషార్థమైన మోక్షమును నిర్లక్ష్యము చేసి మాటిమాటికి స్వర్గానికి, భూమికి మధ్య పరుగులు తీసి దుర్గతి పొందాను (స్వర్గక్ష్మా- మధ్యమ- అధ్వ-

జడ్జ్ఞాలికతా- దుర్గతియునొల్ల) మోక్షము అంటే ముక్తికోసం ఇక నుంచి భగవానుని స్మరించాలని తపించాడు.

"ఆముక్తమాల్యద" లో అన్ని రకాల వర్ణనలున్నాయి. కాని... భక్తి, తాత్విక వర్ణనలు సందర్భానుసారంగా అద్భుతమైన సన్నివేశాల సారము చదువరులను రంజింపజేస్తాయి. అలోచింపజేస్తాయి. పాత్రలను పరిచయం చేయడం, ఆ పాత్రలను ఉన్నతమైన తీరులో పోషించటం వంటివి కవిపరం. అందే నాటకమైనా, కావ్యమైనా, ప్రబంధమైనా అందులోని పాత్రలు క్రమ పరిణామము చెందాలి. సహజముగా కనిపించాలి. ఇది ఉత్తమ సాహిత్యకారుని ప్రతిభకు నిదర్శనం. మత్స్యధ్వజుని పాత్ర పరిచయము నుంచి చివరి వరకూ అతని వ్యక్తిత్వములోని సహజ పరిణామ వికాస దశలను, వ్యక్తిత్వ పరిణితిని అతి సహజముగా అలతి అలతి పదాలతో వివరించినారు రాయలు మహాకవి. అలా తనను తాను, తనకు తానుగా నిర్దేశించుకొన్న మార్గములో బయలుదేరేందుకు నిశ్చయించుకున్న వాడై దేశంలోని వివిధ సిద్ధాంత మార్గాలలో (వేదాంత, మత సిద్ధాంతాలు) పండితులైన వారిని పిలిపించి మీమీ శాస్త్రములు ప్రకారము ఏ దేవుడు ముక్తిని ప్రసాదించునో పరిశీలించి చెప్పమన్నాడు. పండితులంతా ఒక్కొక్కరూ ఒక్కొక్క విధంగా...

హరునొకడన, నుమనొడన

హరి నొకడన శిఖినొకడన నర్కు నొకడనన్

గరి ముఖునొక డన రజనీ

శ్వరునొకడన నజు నొకడన వా దైనతరిన్...

శివుడని ఒకరు, పార్వతని ఒకరు, శ్రీహరి అని ఒకరు, అగ్ని దేవుడని, సూర్యుడని, గణపతి అని, చంద్రుడని పండితులు చెబుతున్న సమయములో రాయలు సన్నివేశమును విల్లిపుత్తూరుకి మార్చేస్తారు. ఇదో రచనా చమత్కృతి.

మనిషి పుట్టుక ధర్మయుతమైన నైతిక వర్తనకు అంకితమవ్వాలి. ఆలోచన ఆధ్యాత్మిక, నైతిక జీవనము అనేవి అందరికి ఆచరణీయము. ఈ విషయంలో 'హరి' ఎవరికి ఎక్కడా మినహాయింపులు ఇవ్వలేదు. వాటిని ఆచరించని మనిషికి మోక్షం రాదనేది రాయలవారి ఆలోచన.

అభ్యుదయ కవి - శ్రీశ్రీ

"నా రచనలలో లోకం ప్రతిఫలించి

నా తపస్సు ఫలించి

నా గీతం గుండెల్లో ఘూర్ణిల్లగ

నా జాతిజనులు పాడుకొనే

మంత్రంగా ప్రయోగించాలని..."

అని శ్రీశ్రీ ఆశయం. కాని ఆయన ఆశించిన దానికన్నా అధికంగానే తన జీవితంలో సాధించారు. ప్రజాస్వామ్య భావజాలాన్ని ఒక ఆదర్శంగా విశ్వసించి స్వీకరించిన శ్రీశ్రీ ప్రపంచ దృక్పథం, దాన్ని మించిన విశ్వ దృక్పథం మాత్రమే తన కవిత్వంలో ప్రదర్శించారు. ప్రపంచం లేనివాడు, ఉన్నవాడని వర్గాలుగా చీలిపోయిన వేళ లేనివాళ్ళ వైపు నిలబడ్డ అభ్యుదయ కవి శ్రీశ్రీ. శిష్ట్లా కర్షక పక్షపాతంతో మొదలై, కవి కొండల భావజాలంతో బలపడింది శ్రీశ్రీ అభ్యుదయ 'కవి 'త్వ ప్రయాణం. 'అనుభూతి సాంద్రత లక్ష్యంగా వున్న భావకవి కవిత్వం జాగాను సామాజిక చైతన్యం లక్ష్యంగా వున్న అభ్యుదయ కవిత్వం ఆక్రమించిందని వేల్చేరు నారాయణరావు వ్యాఖ్యానానికి అక్షర సత్య రూపం శ్రీశ్రీ. సంఘంలోని ఘర్షణాయుత వాతావరణమంతా శ్రీశ్రీ కవిత్వ వస్తువు(లు) గా మారింది. 'కవితా ఓ కవితా' ఒక్కటి చాలు ఇందుకు ఉదాహరణ.

దీర్ఘ కవితకు తక్కువ, సాధారణ వచన కవితకు ఎక్కువగా ఉన్న కవిత 'కవిత్వం' వస్తువుగా 'రాసిన' కవితగా పేరుపొందింది. 1937లో శ్రీశ్రీ ఈ కవిత రాసిన సమయానికి యువకుడు. అప్పటికీ లబ్ధ ప్రతిష్టులైన కవులు ఎంతోమంది ఉన్నప్పటికీ 'శ్రీశ్రీ అభ్యుదయకవి 'గా ఆ స్థాయిని పొందినవాడు. ఇందుకు ప్రధాన కారణం ఈ కవితలోని అర్థ, శబ్దాలంకారాలతో మేళవించిన కవిత్వ భాష.

తనకు ఇద్దరు గురువులని శ్రీశ్రీ చెప్పుకుంటారు. జన్మనిచ్చిన తండ్రి (శ్రీరంగం వేంకట రమణయ్య) తో సమానంగా 'మరో తండ్రిగా' శ్రీశ్రీ పేర్కొన్నారు అబ్బూరి రామకృష్ణారావుగారు. 'చిన్నప్పుడు నా చేత మా నాన్న సులక్షణసారం చదివిస్తే నాలో ప్రాపంచిక చైతన్యం వికసిస్తున్న వయస్సులో నా ఆలోచనల్ని కమ్యూనిజం వైపు మళ్ళించింది అబ్బూరి రామకృష్ణారావుగారని ఆయన రాసుకున్నారు. అబ్బూరి వారు చదివించిన పుస్తకాలు వలన 'మహాప్రస్థానం' రాస్తున్న సమయంలో 'ప్రతిజ్ఞ' అనే గేయం రాసారు (పొలాలన్ని హలాలు దున్ని). ఈ కవితలోని 'ఘర్మజలానికి, ధర్మజలానికి, ఘర్మజలానికి' అనే పదాలు అబ్బూరివారిని అబ్బుర పరచటమే కాదు ఆలోచింపజేసాయి. 'విశాఖపట్టణానికి హార్బర్ వచ్చినప్పుడు నాకు యవ్వనం వచ్చింది. అందరూ ప్రేమగీతాలు రాసే ఆ ఋతువులో నేను పారిశ్రామిక విప్లవాన్ని కౌగిలించుకున్నానంటారు తన 'అనంతం'లో శ్రీశ్రీ.

"నేను సైతం

ప్రపంచాగ్నికి

సమిధనొక్కటి ఆహుతిచ్చాను '

అని నినదించిన శ్రీశ్రీ 'కవిత్వం వాడుక భాషలోనే ఉండాలనే నిర్ణయానికి వచ్చిన తరువాత అంతకుముందు అవలంబించిన భావకవిత్వ ధోరణికి స్వస్తి చెప్పాను' అని ఆయన స్వగతం. **'మరో ప్రపంచం/ మరో ప్రపంచం/ మరో ప్రపంచం**

పిలిచింది' అనే గీతాన్ని పెన్సిల్ తో ఆగకుండా అయిదు నిమిషాలలో పూర్తి చేసానంటారాయన. (1934 ఏప్రిల్ 12 తేది). అయితే 'భారతి' పత్రిక ఈ గీతాన్ని 'వెనక్కి' పంపింద(ట). **'కదం తొక్కుతూ పదం పాడుతూ/ హృదయాంతరాళం గర్జిస్తూ** అనే 'మహా ప్రస్థానం' గీతం తరువాత 'జ్వాల' పత్రికలో ప్రచురితమయింది.

శ్రీశ్రీపైన ప్రపంచ సాహిత్య ప్రభావం ఎక్కువగా ఉండటం చేత **'ప్రపంచం బాధ శ్రీశ్రీది'** అనే వ్యాఖ్యానం ప్రచారంలోకి వచ్చిందనుకోవాలి. అయితే ఆయనలో అభ్యుదయ మార్గానికిదే మార్గదర్శయిందని కూడా చెప్పుకోవాలి. 1934లో ఎడ్గార్ పో 'గంటలని' అనుసరిస్తూ (అనువాదం కాదని మనవి) **'హరోం హరోం హరహరహర హరహర/ హరో హర**' అని పలికే గంటలు' అని రాసుకున్నారు. ఇటువంటి ధ్వని సామ్యాన్నే అనుసరిస్తూ బ్రిటిష్ లాఠీ ఛార్జీని నిరసిస్తూ **'మారో మారో, మారోమారో/ ఒకటి రెండూ మూడు నాలుగు/ మారో మారో మారో'** అని రాసిన శిష్టా్ల రచన కూడా శ్రీశ్రీ అభ్యుదయ కవిత్వ దిశకు 'దశ' చూపింది. అదే విధంగా 'గీతాగోవిందం' లోని **'మఖర మధీరంత్యజి మంజీరం'** అనే గేయపాదాలు ప్రేరణతో **'మరో ప్రపంచం, మరో ప్రపంచం'** అని రాసారు... **ఎముకలు క్రుళ్ళిన వయస్సు మళ్ళిన/ సోమరులారా చావండి/ నెత్తురు మండే శక్తులు నిండే/ సైనికులారా రారండి'** అనే గీతంలోని సమాజంలో కొంతమంది యువకులలో నిర్లిప్తత, నిరాశల వలన 'దేశం' గతి తప్పుతున్నదని ఆవేశంగా వివరిస్తారు.

శ్రీశ్రీని అభ్యుదయకవిగా చూసే సమయంలో ఆయన కవిత్వంలో శ్రామిక వర్గ భావజాలాన్ని శైలి విన్యాసాలను శాస్త్రీయంగా శోధించవలసిన అవసరముంది. ఎడ్గార్ పో కవిత్వం శ్రీశ్రీ పైన తీవ్రమైన ప్రభావంను చూపింది. **'గగనమంతా నిండి/ పొగలాగు కమ్మి/ బహుళ పంచమి జ్యోత్స్న/ భయపెట్టు నన్ను'** అంటూనే **'కరి కళేబరములా కదలదు కొండ'** అనే ఉపమానం ఆయనలో అభ్యుదయ భావుకతకు

అద్దం పడుతుంది. 'మాత్రా ఛందస్సు' లో ఒకటి రెండు పాదాలలోనే 'తాను' అనుకొన్నది ఎంత సరళంగా స్పష్టంగా ప్రకటించవచ్చునో తెలుసుకొన్న శ్రీశ్రీ **'యముని మహిషపు లోహ ఘంటలు/ మబ్బు చాటున ఖణేల్మన్నాయి'** అనే రూపం తీసుకు వస్తారు. **'కూటి కోసం..కూలి కోసం/ పట్టణంలో బ్రతుకుదామని/ తల్లి మాటలు చెవిన పెట్టక/ బయలుదేరిన బాటసారికి/ ఎంత కష్టం'** అనే పద పంక్తుల వెనుక 'వలస జీవుల' ఆర్తి, ఆర్ద్రతలతో పాటు సామాజిక అసమానతల 'లేమి' తనం కూడా పాఠకుడిని వెక్కిరిస్తుంది. 'ప్రజల కోసమే కళ' శ్రీశ్రీ భావనకు ఎన్నెన్నో ప్రశ్నలకు సమాధానాలు ఎవరికి వారు శ్రీశ్రీ 'అనంత'మైన జీవన ప్రస్థానంలోని ఆకలి, దరిద్రాలను చూడాలి. ఆయన 'అభ్యుదయం' వెనుక 'ప్రపంచ' గమన చలన సిద్ధాంతాలలోని 'సగటు మనిషి లేమి'ని 'మనసు'తో చదవవలసిందే. 1971 భీమవరంలో ఒక సభలో తన గీతాలను **'తలుపు గొళ్ళెం/ హారతి పళ్ళెం/ గుర్రపు కళ్ళెం/ కాదేది కవిత కనర్హం/ ఔనౌను శిల్పమనర్ఘం'** అనటంలో కవితా సంప్రదాయాన్ని 'కవి' హృదయాన్ని వాచ్యంగా చూడవచ్చు. **'దారిపక్క చెట్టు కింద/ ఆరిన కుంపటి విధాన/ కూర్చున్నది ముసల్దొకతె/ మూలుగుతూ ముసురుతున్న/ ఈగలతో వేగలేక'** అనటంలో సమసమాజ నిర్మాణం ఎంతవసరమో ఎంతో విషాదంగా ఒక్క సన్నివేశంతో 'సమస్త' అసమానతల రుగ్మతలను చిత్రించిన శ్రీశ్రీకి జోహార్...

పెట్టుబడిదారీ సమాజ గర్భం నుండి సోషలిస్టు విప్లవ బీజాలు పెరిగి పెద్దవైనట్లే, శ్రీశ్రీ సరియలిస్టు కవితలో అభ్యుదయ సాహితీ బీజాలు పిండరూపంలో పెరుగుతూ వచ్చాయనే సత్యాన్ని చాలామంది సాహితీ విమర్శకులు గుర్తించలేదంటారు ' సి.వి. 'మహాకవి ఆశ్చర్యం' అనే రచనలో **'తిమింగల దంతాల సందున కార్ఖానా'** అని ప్రకటిస్తారు. మరో సందర్భంలో **'కార్మిక ఘర్మ కఠోర**

క్షారతతో కడలికి రూపం కలిగిందని నేనంటేనే కోపం?' ఈ అలవరసలలోనే 1937లో 'ప్రతిజ్ఞ' రాసి ఖ్యాతినొందారాయన. 'చూడండి/ కర్షక వీరుల కాయం నిండా / కాలువ కట్టే ఘర్మజలానికి/ ధర్మజలానికి/ ధర్మజలానికి/ ఘర్మజలానికి ఖరీదు లేదోయ్' గమనిస్తే ఇవన్నీ 'మహాప్రస్థానం' తరువాత ఆయనలోని అభ్యుదయ భావాల వెలుగురేఖలుగా చెప్పుకోవచ్చు. 'అసలే ఆకలిగా ఉన్న నేను సరసుల దారి తప్పిపోయాను', మాటలో విప్లవం. మాటలు కలుస్తూ, విడిపోతూ, నాట్యం చేస్తూ, ప్రాకుతూ, మొగ్గలు వేస్తూ, పాడుతూ, అరుస్తూ విప్లవం' అంతకన్నా శ్రీశ్రీ అభ్యుదయం గురించి ఎక్కువగా రాయలేమనిపిస్తుంది.

అజరామరం - శ్రీశ్రీ కవిత్వం

"ఓ మహాత్మా! త్వదీయ మహోన్నత ప్ర

భావమింతని పలుకనెవ్వాని తరము?..........

దివ్యలోచనములు ప్రసాదింపుమయ్య!"

1925 లో శ్రీశ్రీ తన పదిహేనో ఏడు వచ్చేనాటికి రాసిన పద్యమిది. విశాఖలో 'స్వసంఘం' సంస్థ కార్యదర్శి తరపున ఏర్పాటు చేసిన 'స్వశక్తి' పత్రికకు సంపాదకులుగా ఉన్న పురిపండా అప్పలస్వామిగారి చేతికి అందించారు శ్రీశ్రీ ప్రచురణ కోసం. తరువాతది చరిత్ర. 'జ్ఞాపకం నుండి తుడుచుకుపోయిన సంగతులను జ్ఞాపకం తెచ్చుకోవాలని చేసే ప్రయత్నం నా మీద విధించుకుంటూ నా ప్రథమ రచన (పై పద్యం) ఏదై నంటుందా అని ఆలోచిస్తూ ఉన్నాను. మొట్టమొదటిసారి కలం కాగితం మీద ఉంచి ఏదో రాయడమే ప్రథమ రచన కాదని అనండి, ఏదో ఉత్సాహం అనండి... 'ఇదీ ఆయన తన తొలి రచనను గూర్చిన అభిప్రాయం. స్థానిక పత్రికలో ప్రచురణ స్థాయి నుంచి 'భారతి' లో ప్రచురితమయ్యేంత వరకు ఆ వయస్సులోనే ఎదిగారు. సాహిత్యకారుల దృష్టిలోనికి వచ్చారు.

తనకు ఇద్దరు గురువులనేవారు శ్రీశ్రీ. ఒకరు జ్ఞనిచ్చిన తండ్రి శ్రీరంగం వెంకటరమణయ్య గారు కాగా రెండవది అబ్బూరి రామకృష్ణారావుగారు. నిజానికి మరో నాన్నగా ఆయన గౌరవించేవారు. "చిన్నప్పుడు నాచేత మా నాన్న సులక్షణసారం చదివిస్తే, నాలో ప్రాపించిన చైతన్యం వికసిస్తున్న వయస్సులో నా అలోచనల్ని కమ్యూనిజంవైపు మళ్ళించింది అబ్బూరి రామకృష్ణారావుగారని ఆయన రాసుకున్నారు. ఆయన పరిచయం చేసిన పుస్తకాల జ్ఞానం వలన శ్రీశ్రీ భావ కవిత్వపు తుఫాన్ నుంచి (మహా ప్రస్థానం రాస్తున్న రోజుల్లో) 'ప్రతిజ్ఞ' రాసే మార్పు దిశగా శ్రీశ్రీ కవితా ప్రస్థానం గమన దిశను మార్చుకుంది. (పొలాలన్నీ హలాలు దున్ని' అనేది ఆ గేయం) **'ఘర్మజలానికి. ధర్మ జలానికి, ఘర్మ జలానికి'** అనే వాక్యం అబ్బూరి వారిని అబ్బుర పర్చటమే కాదు, ఒక్క క్షణం ఆగి ఆలోచింపజేసింది. తన కవితా ప్రస్థానానికి పునాది సముద్రమేనంటారాయన. **'నా కవిత్వానికి సముద్రమే అవేశం'** అని అంగీకరించారు శ్రీశ్రీ. శ్రీరంగం వారి కవిత్వానికి చెళ్ళపిళ్ళవారు రాతిరియున్ పగల్ మరుపురాని హొయళ్ అనే పెద్దన 'కవి'త్వ రచన ప్రేరణా రంగమని అందరికి తెలుసు. 'విశాఖపట్టణానికి హార్బర్ వచ్చినపుడు నాకు యౌవనం వచ్చింది. అందరూ ప్రేమ గీతాలు రాసే ఆ ఋతువులో నేను పారిశ్రామిక విప్లవాన్ని కౌగులించుకున్నానని' తన 'కవిత్వ' దిశను నిర్దేశించుకున్న మార్గాన్ని చెప్పుకున్నారు.

దిగ్గజాలనిపించుకున్న కవులు కూడా తమ సమకాలీకులైన గొప్ప కవుల ప్రభావంతో ఎదిగినవారే...! శ్రీశ్రీ ఇందుకు మినహాయింపు కాదు. అతని కవిత్వం కూడా...! నాటి భావకవి దేవులపల్లి కృష్ణశాస్త్రి, సంప్రదాయ కవి విశ్వనాథ సత్యన్నారాయణల ప్రభావం తన మీద ఎంతగానో ఉండేదని, దాని నుంచి బయట పడటానికి తనకి పదేళ్ళు పట్టిందని తరువాత కాలం చెప్పుకున్నారు. కృష్ణశాస్త్రి మరణించిన సందర్భంలో జర్నలిస్టులు కోరిక మీదట ఆయన **'అద్దం బద్దలయింది/**

రోదసి రోదించింది/ షెల్లీ మళ్ళీ మరణించాడు/ వసంతం వాడిపోయింద' ని చిన్న కవితలో చెప్పారు. అయితే దేవులపల్లి, విశ్వానాథ వారి భావజాలం నుంచి తన కవిత్వ రచనకు విముక్తి కలిగించినా చాలాకాలం పాటు వారిరువురి ప్రభావం తనపై ఉండేదని చెప్పేవారు. 'కవితా కవితా' గేయంను విశ్వనాథ మెచ్చుకోవటం ఓ మధురానుభూతని 'అనంతం'లో ఆరుస్కున్నారు. 'కవిత్వమంటే ఇదని 'కన్నీళ్ళతో గద్గదస్వరంతో విశ్వనాథ వారు ప్రశంసించటం తను మరచిపోలేనని 'గర్వంగా' చెప్పుకుంటారు శ్రీశ్రీ. అదేవిధంగా మహా సంకల్పంలో తాను రాసిన **'ఏ స్వాతంత్ర్యం నిమిత్తం ఎవరెవరో దేశసేవా/ భాస్వంతుల్ బాలవృద్ధుల్ పతితులధీకులు ప్రాజ్ఞులు త్రిపజ్ఞలంతా/ ఆశ్వాస్ల్ వీడి లాఠీహతులయి...'** అనే పద్యం కూడా విశ్వనాథ వారి అభినందనకు పాత్రమయిందంటారు. ఇందుకు కారణం "వ్యవహారిక భాషను సంస్కృత ఛందస్సులో ఒప్పించటమే విశ్వనాథ వారిని మెప్పించిందని శ్రీశ్రీ భావన. విశ్వనాథ మరణించిన వేళ తన ఆత్మకథ (అనంతం)లో **"మాటలాడే వెన్నముక/ పాటపాడే సుషుమ్న/ నిన్నటి నన్నయభట్టు/ ఈనాటి కవి సమ్రాట్టు/ గోదావరి పలుకరింత/ కృష్ణానది పులకరింత... అతగాడు తెలుగువాడి ఆస్తి...'** యని అక్షర నివాళి అర్పించుకున్నారు.

'ప్రభవ' 1928 సం. లో ప్రచురితమయిన శ్రీశ్రీ తొలి కవితా సంపుటి. అంతకు ముందే 1925లో 'పరిణయ రహస్యం' అనే చిన్న నవల అచ్చులోకి వచ్చినా 'ప్రభవ' ఆయనకు కవితా ప్రాభవాన్ని తెచ్చి పెట్టింది. ఈ కావ్యములో ప్రకృతి గీతములు, ప్రణయ గీతములు, ప్రకీర్ణ గీతములున్నాయి. 'ప్రభవ' ద్వారా ఆయన భావ కవిగా, తాత్విక కవిగా దర్శనమిస్తారు. 1928-32ల మధ్య ఆయన వీటి విషయం ఎవ్వరి దృష్టికి రాలేదు. 'ప్రభవ' ను భారతిలో సమీక్షిస్తూ కొంపెల్ల జనార్ధనరావు శ్రీశ్రీ కవిత్వం 'భావ స్వాతంత్ర్యమును, భాషా సౌష్టవమును మెచ్చదగియున్నది. ప్రకృతి పదముల

తత్వాన్వేషణ సలుప సమ కట్టిన ఈ కవి కిశోరము మానసమున ఉత్సాహ రంజితమై యెప్పుచున్నద' ని రాసారు. శ్రీశ్రీ తన తొలి రచనలో ముత్యాల సరాలును వాడారు. ప్రముఖ కవి శివశంకర శాస్త్రిగారు ముత్యాల సరాల్లో సమాసాలు వాడి నవ్యతను కూర్చారు. ఇదే మార్గంలో శ్రీశ్రీ **'నా శిశుత్వాజ్ఞాన వేళా/ నష్ట మాతృ చరిత్రనెఱుగను/ తావకానిర్వాచ్యస్వా/ త్సల్యమున దల్లీ'** అని వ్రాసారు.

'ఫలానా తేది నుంచి నా దరిద్రం ప్రారంభమయిందని చెప్పలేను కానీ 1930-40ల మధ్య నేను చాలా అవస్థలు పడ్డాను. ఆ దశాబ్ధంలోనే నా మహా ప్రస్థానం గీతాలన్నీ (చాలా మట్టుకు) రాసాను. అదో భయంకరమైన దశాబ్ధం." అనే శ్రీశ్రీ **'చూడు చూడు నీడలు పేదవాళ్ళ వాడలు' 'ఇంతేలే పేదల గుండెలు'** కవితలు ఆయన స్వగతమేనని ఎవరూ భావించరు. కానీ... ఏడున్నర దశాబ్దాలు పాటు నిలిచిన, మరో శతాబ్ది కాలం నిలిచే 'మహా ప్రస్థానం' శ్రీశ్రీ దుఃఖ సమయంలోనే తెలుగు వారికి లభించటం గొప్పవరం. 'అప్పుడు నేను చాలా అగాధమైన లోతుల్లోకి దిగుతున్నాను. దరిద్రం అనుభవించినప్పుడు ఎంత భయంకరంగా ఉంటుందో జ్ఞాపకం చేసుకున్నప్పుడు అంత ఆనందమయంగా ఉంటుందనే' వ్యాఖ్యానం అక్షర సత్యం. 'మహాప్రస్థానం' రాస్తున్న సమయంలో స్పెయిన్ లో ప్రపంచ అంతర్యుద్ధం సాగింది. దాని ప్రభావం విపరీతంగా పనిచేసిందంటారు. బహుశా అందుకే అంతగొప్ప రచన ఆవిర్భవించి ఉంటుంది. శ్రీశ్రీ కవిత్వంలో ఎన్నెన్నో ప్రయోగాలు చేసారు. 'మహా ప్రస్థానం' కన్నా ముందే వచన గీతాలతో నేను ప్రయోగాలు చేసానని ఆయనే చెప్పుకున్నారనేది నిజం. ఉదాహరణకు **'విద్యున్మాలికలు'- బారులు బారులు తీరిన/ మబ్బు గుబ్బలుల దారుల/ దారి తప్పిచరించే ఆ రేయి/ తరళీ సరళేరమ్మదములు...'** వచనంలో కవిత్వం రాయవచ్చని ఆయన తెలుసుకున్నారు. మాత్రా ఛందస్సులో వాడుక భాషలో శ్రీశ్రీ రాసిన మొట్టమొదటి గేయం 'నేను సైతం'- **'నేను సైతం/**

ప్రపంచాగ్నికి/ సమిధనొక్కటి ఆహుతిచ్చాను' దీని తరువాత శ్రీశ్రీ వాడుక భాషలోనే కవిత్వముండాలనే నిర్ణయానికొచ్చారు. పాత పద్ధతికి స్వస్తి పలికారు. ప్రతిభావంతుడైన కవికి 'ఒక మార్గమంటూ' ఏర్పడితే (ఏర్పరుచుకుంటే) దూసుకుపోవటమే. 'ప్రభవ' 'జయభేరి' తరువాత ఆయన కవితా ప్రస్థానం 'మహా ప్రస్థానం'తో తారాస్థాయికి చేరింది. ఈ రచనకు మధ్యన 'ఒకరాత్రి' 'గంటలు' 'ఆకాశదీపం' కవితలు వచ్చాయి. మహాప్రస్థానానికి ముందు అంటే అయిదు నిమిషాల వ్యవధిలో పెన్ను లేకుంటే పెన్సిల్ తో రాసుకున్న గొప్ప (నేటికి కోట్ అవుతున్న) కవితా పంక్తి **'మరో ప్రపంచం/ మరో ప్రపంచం/ మరో ప్రపంచం పిలిచింది'** అని 'భుగభుగలు'తో ముగియటం వెనుకున్న తన కవితా ప్రయాణాన్ని ఆయన వివరించుకున్న వైనం అద్భుతం. ఇందుకు శిష్ట్లా ఉమా మహేశ్వర రావు రచన ఒక ప్రేరణ అని కూడా శ్రీశ్రీ చెప్పారు.

శ్రీశ్రీ కవిత్వంలో 'సంప్రదాయా భక్తి కవిత్వచ్ఛాయలు కూడా తరచుగా కనిపిస్తాయి. **ఎముకలు క్రుళ్ళిన వయస్సు మళ్ళిన/ సోమరులారా చావండి/ నెత్తురు మండే శక్తులు నిండే/ సైనికులారా రారండి** అన్నచోట అంతఃప్రాసలు, అంత్య ప్రాసలు 'గీతాగోవిందం' లోని **ముఖర మధీరం త్యజమంజీరం/ రిపుమిన కేళిషు లోలం/ చలసఖి కుంజం సతిమిర పుంజం/ శీలయనీలనిచోలం'** అనేది గమనించవచ్చు. మరో సందర్భంలో **'మరో ప్రపంచం మరో ప్రపంచం/ మరో ప్రపంచం పిలిచింది** అనే చోట శంకర భాగత్పాదుల వారి **భజగోవిందం భజగోవిందం/ గోవిందం భజ మూఢమతే'** అనే పద బంధాలు ఆశ్చర్యపరుస్తాయి. ఇవన్నీ శ్రీశ్రీ కవితాశైలికి తార్కాణాలు. ఆయనకు రెండు రకాలుగా 'తెలుసుకోవడం' తెలుసు. పుస్తకాల ద్వారా, జీవితానుభవాల ద్వారా అనేవి ఆ రెండును. 'గురజాడ' గురించి తనే తెలుసుకొని వారిని 'అధ్యయనం' చేసారు. శ్రీశ్రీ మహాప్రస్థానికి చలం

ముందుమాట ఒక్కటి చాలు ఆయన కవిత్వం ఎంత గొప్పస్థాయి కలిగినదో... ఈ శతాబ్దం నాదని ఘనంగా ప్రకటించుకున్న కవి శ్రీశ్రీ. సినిమా పాటలు, కథలు, అనువాదాలు, కవిత్వం ఇలా ఏది రాసినా తనశైలి ముద్రలను ప్రకటించుకోవడం ఆయనకు తెలుసు. 1940ల నాటికే శ్రీశ్రీ అనే రెండు అక్షరాలు నవ్య కవిత్వానికి పర్యాపదమైపోయాయి. 'మంచి కవిత్వానికి శ్రీశ్రీ ఒక గొప్ప బిరుదైతే ఎంత బాగుండునో' అనే వారున్నారు.

శ్రీశ్రీ కవిత్వం జీవశక్తి... అజరామరం

భాషా ఉషస్సు - 'శ్రీనివాస' ఛందస్సు...

'ప్రతివాద భయంకర శ్రీనివాస్ ఇలా చెబితే ఎవరీయనని అడుగుతారు. 'ఓహో గులాబి బాల' అందాల ఓ చిలుకా' పాటలు పాడిన మధుర గాయకుడని చెబితే ఓహో పి.బి. శ్రీనివాస్ గారా అంటారు. పి.బి. శ్రీనివాస్ గారు గాయకులుగా ఎంతో మందికి తెలుసు. ఆయన జీవిత చరిత్ర కూడా అందరికి తెలిసినదే. కాని... ఆయన గురించి తెలియని విషయాలు ఎన్నో ఉన్నాయి. ముఖ్యంగా తెలుగు భాష కోసం ఆయన చేసిన సేవ అనన్య సామాన్యమని ఎరిగిన వారెంతమంది ఉన్నారో... **'ఆన్ధ్రత్వ మాన్ధ్ర భాషాచ, నాల్పస్య తపః ఫలమ్'ని** త్రికరణ శుద్ధిగా నమ్మి ఆంధ్ర దేశానికి దూరంగా నివసించినా ఆ నమ్మకాన్ని నానావిధ భాషలలో అభివ్యక్తీకరించి ఆనందించి, ఆనందింపజేసిన ధన్యజీవులాయన.

పి.బి. శ్రీనివాస్ 1930 సెప్టెంబర్ 22వ తేదీన శ్రీ పతివాది భయంకరం వేంకటలక్ష్మణ ఫణిస్వామి, శేష గిరమ్మ దంపతులకు తూర్పుగోదావరి జిల్లా కాకినాడలో జన్మించారు. వీరికి పూర్వీకులైన ప్రతివాది భయంకరం అణ్ణంగరాచార్యుల సంతతి 15వ శతాబ్దంలో ఆంధ్రదేశానికి తరలి వచ్చారు. సామర్లకోటలో ప్రతివాది భయంకరం తిరువేంగళాచార్యుల వారని గొప్ప పండితులు 19వ శతాబ్దంలో సుప్రసిద్ధులు. 1862లో భాను మిత్రుని 'రసమంజరి'కి తాత్పర్యమంజరని వ్యాఖ్యను వ్రాసారు. చిన్నతనంలో శ్రీనివాస్ గారికి మూడో ఏడు

వరకు మాటలు రాలేదు. తల్లిదండ్రులు ఆవేదన చెందారు. కళామతల్లి, సరస్వతీ మాతలు చిన్నతనమనుకున్నారేమో. ఆయన గొంతులో మాటల జడిని కురిపించారు. తెలుగు భాషను మురిపించారు. పసివాడి గొంతుతో 'వసి'వాడని స్పష్టమైన వాక్కు ప్రవహించింది. విద్యాభ్యాసమంతా కాకినాడ, ఏలూరులో సాగింది. బికాం చదివారు. కామర్స్ వంటపట్టలేదు. 'కామ్'గా సంగీత సాహిత్యాలను కౌగిలించుకున్నారు. తల్లే మొదటి గురువు. ఆమె విదూషీమణి. కోయిల గొంతు. రఫీ, మన్నాడే, ముఖేష్, తలత్ మహముద్ పాటలు వినటం, తల్లిగారి వద్ద సాధన చెయ్యటం ఆయన దినచర్య. సంస్కృతాంధ్రల్లో పట్టు సాధించారు. ఆయన భవిష్యత్ గురించి జ్యోతిష్యులు పెదవి విరిచినా తండ్రి ఫణీంద్ర స్వామిగారికి కొడుకు గాత్రం పైన నమ్మకం. ఆయన శ్రీనివాస్ గారిని నాటి కాకినాడ సబ్ రిజిష్ట్రారయిన ప్రముఖ వీణా నాదములు బ్రహ్మశ్రీ ఈమని శంకర శాస్త్రిగారి వద్దకు తీసుకొని వెళ్ళారు. ఆయన పి.బి. గారి గొంతు విని ఆశీర్వదించారు. తరువాత చరిత్ర తెలుగు, కన్నడ, హిందీ తదితర ఎనిమిది భాషల చలన చిత్ర పరిశ్రమకు, ప్రేక్షకులకు అవగతమే!

చెన్నైలో శ్రీనివాస్ గారికి శ్రీ బులుసు వెంకట రమణయ్య గారు శ్రీ తీర్థం శ్రీధర మూర్తిగారు, శ్రీ వి. రాఘవన్ వంటి మహనీయుల సన్నిధి, కవిత్వ రంగ ప్రవీణులై చలన చిత్ర రంగంలో లబ్ధ ప్రతిష్ఠులైన దేవులపల్లి కృష్ణ శాస్త్రి, మల్లాది రామకృష్ణ శాస్త్రి, శ్రీశ్రీ, దాశరథి, అనిశెట్టి వంటి వారి విభిన్న తరహా కవితా ప్రముఖుల స్నేహం లభించింది. ఆకాశవాణి, సినిమా, జర్నలిజం వంటి రంగాలలో ప్రసిద్ధులైన వారి స్నేహం వలన శ్రీనివాస్ గారు మూడింటిలోనూ 'మైత్రీ' (MY THREE) తనకు దొరికిందని ఆయనే చాలా సందర్భాల్లో చెప్పుకున్నారు. పి.బి. వారు ఆధునికతను అభిమానించేవారు. **'ప్రాతయనిపించు సరిక్రొత్త పథము నాది'** అనేది ఆయన అభిప్రాయం. సంగీతంలో ఆయన సంప్రదాయకతను అనుసరిస్తూనే ఆధునికతను

పాటించారు. కాని... భాషా విషయంలో మాత్రం శాస్త్ర ప్రమాణాన్ని 'శాసన' ప్రమాణంగానే స్వీకరించాలని ఆయనకు గురువు 'దొరసామి శర్మాగారు చెప్పారంటారయన. ఆ సంస్కార ఫలంగా శ్రీనివాస్ గారు **'ఛన్దో హీనో నశబ్దోస్తీ, నచ్ఛందః శబ్ద వర్జితః'** అన్న నమ్మకంతో భాషను అభ్యసించారు. అభిమానించారు. రావూరి దొరసామిగారి వలననే ఛందస్సులో క్రొత్త క్రొత్త ప్రయోగాలు చేసారు. స్వతహా దొరసామి గారు ఛందో వ్యాకరణాల పైన పరిశోధనాత్మ గ్రంధాలు వ్రాసారు. వీటి ప్రభావంతో శ్రీనివాస్ గారు ఏదైనా క్రొత్తది కనుగొనాలనే ఉత్సుకతతో **వర్ణ మేరువు, వర్ణ పతాక, మాత్రా మేరువు, మాత్రా పతాక, వర్ణ మర్కటి, మాత్రా మర్కటి** వంటి ప్రసార **క్రమాలను కూలంకుషంగా** అధ్యయనం చేసారు. కన్నడంలోని ఛందో సంప్రదాయాలలో జరిగిన పరిశోధనలను తెలుసుకున్నారు. ఆరుద్రగారి ఇంటికి సమీపంలో బి. నాగరాజారావు గారని సుప్రసిద్ధ కన్నడ పాత్రికేయులు ఉండేవారు. ఆయన గారి సౌజన్యంతో శ్రీనివాస్ గారు **షట్పదీ ప్రకరణాలలో** కృషి చేసారు.

పి.బి. శ్రీనివాస్ గారు కన్నడ ఛందస్సులోనూ విపరీతమైన పరిశోధనలు చేసారు. మేరు ప్రస్తారం ఉక్త నుంచి ఉత్కృత్తి వరకు, షడ్వింశతిచ్ఛందాలకే ప్రసిద్ధంగా ఉన్నా, ఇరవై ఆరుకు పైగా అక్షర ఛందస్సులున్నయని గురించారు. లాక్షణికులు ఇరవై ఏడు నుంచి నలభై అయిదు దాకా గుర్తించిన వాటీని పరిశీలించారు. త్రిభంగ్యాదులు, ఉద్ధుర మాలలు, ఉపరివృత్తాలు, దండకాదులు ఉన్నాయి. ఆ కృషిని ఇంకా కొనసాగిస్తే ఎలా ఉంటుందనే ఆలోచనే 'గాయత్రీ వృత్త' మంటారు. డా. ఏల్చూరి మురళీధరరావు.

<u>**'గాయత్రీ వృత్తము'**</u> పి.బి. శ్రీనివాస్ గారి మానసిక మేధా పుత్రికయిన ఈ వృత్తములో షడ్వింశతిచ్ఛందాలకు ఒక్కొక్క దానికి ఒక్కొక్కటి ప్రతీకగా 26 గణాలను తీసుకున్నారు. ఈ ప్రక్రియ ఇంకా విస్తరించే అవకాశం ఉందని అందుకు

'గురుస్థానం' తమదేనని సూచించటానికి ఒక 'గురువు 'ను ఆపైన నిలిపారు. అనగా మొత్తం 26×3= 78+1= 79 అక్షరాలతో భారతీయ పద్య సాహిత్య చరిత్రలో అపూర్వమైన గాయత్రి వృత్తమును 1979లో ఆయన రచించారు. 'అందువలననే కావచ్చు 79 అక్షరాలు కూర్చి ఉంటారంటారు. (డా. ఏల్చూరి వారు) "ముందుగా నాలుగేసి గణాలతో పదహారు అక్షరాల చొప్పున ఆఱు గణ పతాకాలను" కూర్చుకున్నానని శ్రీనివాస్ గారు చెప్పుకున్నారు. అవి ఇరవై నాలుగు గణాలు అంటే 72 అక్షరాలు. ఆపైన రెండు లఘువులు, ఒక గురువు, మూడు లఘువులు, ఒక గురువు మొత్తం ఏడు అక్షరాలు వేసారు. మొత్తం 79 అక్షరాలు. గణాల క్రమమిది **తస, మయ, యజ, యమ, యజ, తమ, తస, యమ, యజ, యమ, తర, యమ IIU IIIU.** వీటిని ఒక అనుక్రమణికలో 'పాదం'పరంగా చూస్తే కొన్ని వైచిత్రిలు కనిపిస్తాయి. శ్రీనివాస్ గారి ఆంతర్యం ఏమిటో అర్థం కాదు. 'నా చిత్ర రచనలు నావి' అని దేవులపల్లి వారి తరహాలో అనుకొని ఉంటారనుకోవచ్చు. (విపులంగా వివరిస్తే స్థలాభావమని భావించాను) లాక్షణిక పద్ధతిలో అనుపాతం గణక్రమం తస**, యమ, యజ, యమ, యజ, తమ, తస, యమ, యజ, యమ, తర, యమ, సన,** గ అని ఉదహరించుకోవాలి. వీటిలో 'త-స-య-మ' గణాలని **'అంభోజాలి' అని సమవృత్తమని దుఃఖ భంజనుడు వాగ్వలభ ఛ్ఛందస్సులో వివరించాడు**. (దీనికి "విశాలాంభోజనుడు అని కూడా పేరుంది.) ఈ క్రమంలో చూస్తే పి.బి. శ్రీనివాస్ గారి గాయత్రి వృత్తము వివిధ లఘు ఛ్ఛందాల సమాహార వృత్తమవుతుంది. పద్య పాదాలలోని యతి స్థానాన్ని కూడా శ్రీనివాస్ గారు నిర్దేశించారు. 79 అక్షరాల పాదంలో 1- 13 – 25 -37 – 49 - 61 యతి స్థానాలు మొదటి అక్షరం కాక ఐదు యతులు. వృత్తం కాబట్టి ప్రాయ వియతం దీనిని తల్లిదండ్రులకు అంకితం చేసి 'జననీ జనక గాయత్రీ వృత్తమ'న్నారు. 'అపూర్వ ప్రాశస్త్యోద్ధృతి' కారణంగా ఈ వృత్తం ప్రసిద్ధి

కావాలని ఆకాంక్షించారు. కరపత్ర గ్రంథ రూపంలో పి.బి. శ్రీనివాస్ గారు ప్రచురించిన తొలి పుస్తకం ఇదే. ఇది 1979లో ప్రచురితమయింది.

గాయత్రీ వృత్తములోని ఒక పద్యంలోని **ఒక పాదమును** మాత్రమే ఉదహరించి వ్యాసాన్ని ముగిస్తాను. ఇందు కుండలీకృతాలుగా ఉన్నవి యతి స్థానాలు.

(శ్రీ)మంతుడను నేను శ్రీ గాయత్రీ స(త్కృ)పన్, దేవి పేర వినూత్న చ్ఛందంబుల్ (సృ)జింపంగా, నేడు నాచేత నేటన్, నే(తృ)త్వం బొసంగి, దేవి, నాకీ రీతిన్ ధా(తృ)శక్తిన్ వరంబుగ నిచ్చెన్ శ్రీ గాయ(త్రీ) భవ్య భావ్య దివ్య మాహాత్మ్యంబున్, వర్ణన సేయదరమే?

ఇదే కాక పి.బి. శ్రీనివాస్ గారు సరిక్రొత్తగా పింగళుడు, కేదార భట్టు మొదలైన ప్రాచీనుల ధోరణిలో 'శ్రీనివాస వృత్తము' అనే మరో క్రొత్త సృష్టిని చేసారు. ఆయన గొప్ప గాయకులు, పరిశోధకులు, భాషాభిమాని తెలుగువారు కావటం మనందరికి గర్వకారణం. గాయకుడుగా ఆయన మొదటి చిత్రం 'జాతక ఫలం' (1954) సుమారు మూడు వేలకు పైగా పాటలు పాడారు. తమిళనాడు ప్రభుత్వం 'కలైమా మణి' కర్ణాటక ప్రభుత్వం పురస్కారం, శ్రీ రాఘవేంద్ర మఠం వారి 'సంగీత కళానిధి' పురస్కారం మరియు ఆస్థాన సంగీత విద్వాంసునిగా, కంచి జగద్గురు పీఠం 'సంగీత రత్న ' 'సంగీత నాథమణి ' బిరుదులు, ఆరిజోనా విశ్వ విద్యాలయం నుంచి 'డాక్టరేట్' గౌరవాన్ని అనుకున్నారు. రచ్చ గెలిచినాయనకు 'తెలుగింట' తగిన గుర్తింపు రాలేదు...

(ఈ అంశం పై సమగ్ర సమాచారం కోసం ఏల్చూరి మురళీధర్ గారి 'వాఙ్మయ చరిత్రలో కొన్ని వ్యాస ఘట్టాలు మరికొన్ని విశేషాంశాలు' అనే గ్రంథములో చూడవచ్చు)

భావకవిగా శ్రీశ్రీ

నా గత శైశవ రాగమాలికల

ప్రతి ధ్వనులకై

పోయిన బాల్యపు **చెరిగిన పదముల**

చిహ్నాల కోసం....

....

ఉడతల్లారా

బుడతల్లారా

ఇది నా గీతం, వింటారా

'శైశవగీతి' లో శ్రీశ్రీ రాసుకున్నదే ఇది. ఈ లలిత మనోహర గీతంలో అలతి అలతి పదాల పద్యకవి శ్రీశ్రీ. ఆ రోజుల్లో కలం పట్టిన ప్రతీ కవీ కృష్ణశాస్త్రి ఆకర్షణకి లోనయిన వాడే! అణుబాంబుల రేంజి 500 మైళ్ళంటారు. ఆంధ్రదేశం అంతటా కృష్ణశాస్త్రి రేడియో ధార్మికత శక్తి ప్రసరించింది. ఆ రోజుల్లో మాలాంటి వాళ్ళ మీద కృ.శా. సమ్మోహనశక్తి అంతగానో, మరెంతగానో ఉండేది. నేను కృ.శా. కవితా శైలిని అనుసరించేవాడినని శ్రీశ్రీ చెప్పుకున్నారు. ఆయన ప్రభావం నుంచి బయటపడడానికి పదేళ్ళూ పట్టిందని కూడా చెప్పారు. శ్రీశ్రీ తొలి దినాలలో కవిత్వం రాసేటప్పుడు షెల్లీ,

కీట్స్, భరవ్ మొదలైన వారితోపాటు ఫ్రెంచి సింబాలిస్ట్ కవులనూ చదివేవారు. 'తీరా తెలుగులో రాసేసరికి కృష్ణశాస్త్రి ప్రభావం' కొట్టొచ్చినట్లు కనపడేది (శ్రీశ్రీ వ్యాఖ్యానం). కృష్ణశాస్త్రి, విశ్వనాథల కవిత్వ ప్రభావపు సర్వ పరిష్వంగం నుంచి తప్పించుకోవడానికి 'భావకవిత్వానికే' వీడ్కోలు చెప్పేరు శ్రీశ్రీ.

ఇక్కడ భావకవిత్వం గురించి ఓ నాలుగు మాటలు చెప్పుకోవాలి. యూరప్ లో వచ్చిన 'రొమాంటిసిజం' గురించి తెలుసుకోవాలి. 18వ శతాబ్దిలో వచ్చిన సామాజిక, పారిశ్రామిక మార్పుల్లో భాగంగా మనుషులు మర యంత్రాల్లా తయారయ్యే పరిస్థితి వచ్చింది. ఈ విధానంలో భాగంగా అశాంతితో వెతికే ఆరాటం నుండి 'రొమాంటిసిజం' భావజాలం బయటకు వచ్చింది. కవిత్వంలో మనిషికి, ప్రకృతికి మధ్య సామరస్యాన్ని కలిగించే ప్రయత్నం జరిగింది. కాల్పనికోద్యమ పితామహుడిగా చెప్పబడుతున్న ప్రసిద్ధ తత్వవేత్త 'రూసో' తన 'న్యూ హెలాయిన్'లో ప్రేమతత్వాన్ని ప్రబోధించాడు. మనుషులు ఒంటరిగా జన్మించినా స్వేచ్ఛావాయువులు పీల్చడం లేదనేది ఆయన వాదన. అక్కడ నుంచి మొదలైన 'భావ కవిత్వవాదం 1798లో వర్డ్స్ వర్త్, కాల్ రిజ్ కవులు 'లిరికల్ బ్యాలడ్స్'ను అచ్చువేయడంతో ఇంగ్లీషులో 'రొమాంటిసిజం' అంకురార్పణ జరిగింది. తెలుగులో దీనిని 'కాల్పనికవాదమ'ని పేరు పెట్టారు. 'భావ కవిత్వమని కూడా అన్నారు. పింగళి, కాటూరి, కట్టమంచి, గురజాడ తదితరులు తమ రచనల్లో కొద్దిశాతం ఈ కవిత్వాన్ని రాసారు. క్రమేణా ప్రేమ, అనురాగంవంటి సున్నితమైన హృదయ స్పందనలను కవనాంశాలుగా ఆధునిక కాలపు కవులు రాసిన కవిత్వం విజయవంతమయింది. మొదట 'భావపదం' 'భావగీతం' అనే పదాలు రాయప్రోలు వారి 'తెనుగుతోట'లో కనిపిస్తాయి. తరువాత విశ్వనాథ 'గిరి కుమారుని ప్రేమ గీతాల్లో' కృష్ణశాస్త్రి 'ఊర్వశి' లో ప్రయోగింపబడ్డాయి.

విశ్వనాథ, కృష్ణశాస్త్రిగార్ల ప్రభావం శ్రీశ్రీ మీద ఎంతగానో ఉంది. కృష్ణశాస్త్రి మరణం సందర్భంలో ఓ విలేఖరి అడిగిన మీదట **'అద్దం బద్దలయింది/ రోదసి రోదించింది/ హెల్లీ మళ్ళీ మరణించాడు/ వసంతం వాడిపోయిందని'** శాస్త్రిగారి శైలిలోనే నివాళులర్పించారాయన. విశ్వనాథ వారి మరణం కూడా శ్రీశ్రీని విషాదంలోకి తీసుకొని వెళ్ళింది. తన విచారమునకు అక్షరరూపమిచ్చి తన 'అనంతం'లోనే దాచుకున్నారు. **'మాటలాడే వెన్న ముక్క/ పాటపాడే సుషుమ్న/ నిన్నటి నన్నయ భట్టు/ ఈనాటి కవి సమ్రట్టు'** అని గొప్పగా గౌరవించుకున్నారు. ఇహ భావకవిగా శ్రీశ్రీ తొలి పుస్తకం 'ప్రభవ' (1928) ప్రచురణ అయింది. ఆయన కవితా ప్రాభవాన్ని దేశానికి తెలిపింది. 'నా 18వ యేట నేను 'ప్రభవ' రాశాను. ఆ రోజుల్లో నా చుట్టూ ఒక సమాజముందన్న స్పృహ కూడా లేదు. నేను, నా బూర్జువా SORROUNDINGS మాత్రమే నాకు కనిపించాయి. మాకు ఆస్తిపాస్తులుండేవి. బాధ్యతలేవి ఉండేవి కావు. అందుకే సమాజాన్ని పట్టించుకొనే అవసరం లేకపోయిందని' కడుపు నిండిన వాడి 'కవిత్వం' భావ కవిత్వమనే భావాన్ని ఆయన పరోక్షంగా చెప్పారు. ఆయన భావ కవిత్వమంతా అనుకరణ కాదు. 'ప్రభవ'ను సమీక్షిస్తూ కొంపెల్ల జనార్ధనరావు ఆయన 'భావ స్వాతంత్ర్యము, భాషా సౌష్టవమును మెచ్చదగియున్నది. ప్రకృతి పదంల తత్వాన్వేషణ సలుప సమకట్టిన కవి కిశోర మానసము ఉత్సాహ రంజితమై యొప్పుచున్నదని అభినందించారు. 'ప్రభవ' సంపుటిలో ప్రకృతి గీతములు, ప్రణయ గీతములు, ప్రకీర్ణ గీతములుగా విభజిస్తారు. శ్రీశ్రీ తొలి రోజుల్లో సమాజాన్నిగాక ప్రకృతిని, విశ్వాన్ని పరమేశ్వరుని గురించి ఆలోచించినట్టు తెలుస్తుంది. అలాగని ఏ ప్రేయసి మీద కవిత్వం రాయలేదు. శ్రీశ్రీ రచించిన 'ప్రకృతి గీతి 'లో **'మాధురీమోహనంబిది! మసృణ కుసుమ/ వాసనా వాసితంబిది! వైభవ ప్ర/ భావ బంధుర బహుతర ప్రభల కెల్ల/ ఆట పట్టది! ఇచట**

నేనాడుకొందు...' అని రాసారు. 'ప్రభవ' సంపుటిలో మరోచోట **'ఆధునిక దివ్య ఖండ కావ్యములయందు/ ప్రాణ సన్నిభమై గీతి పరుగులాడు/ విస్తృత వనాంత రోదగ్ర వీధులందు/ గ్రేళ్ళుఋకు లేడివలె గీత** త్రుళ్ళులాడు.' అని అత్యంత లలితమైన భావాలను ప్రకటించుకున్నారు.

శ్రీశ్రీకి తొలినాళ్ళ నుంచి ముత్యాలసరాల మీద మక్కువ. 1935లో 'ఉదయిని'లో ప్రచురించిన 'ముత్యాలసరం ఒక కృషి' ప్రసిద్ధం. శివశంకర శాస్త్రిగారు ముత్యాలసరాల్లో సమాసాలు పాడి శ్రీవ్యతను చేకూర్చారు. ఇదే మార్గంలో శ్రీశ్రీ **'నా శిశుత్వాజ్ఞాన వేళా/ నష్ట మాతృ చరిత్ర నేఋగను/ తావకా నిర్వాచ్యసద్వా/ త్సల్యమున తల్లీ'** అని భావకవుల శైలి, స్థాయిలోనే రాసారు. తన గురువైన అబ్బూరి రామకృష్ణారావుగారి 'ఊహాగానం' (1918) చేసిన ప్రయోగాన్ని అనుసరిస్తూ తన 'హారతి' అనే ఖండికలో **'ఈ తామసీ నిశ్శబ్ద హృది మనకిర్వురురకు స్వాగముగా/ శ్వేతస్మితామృత శిశిర వీచీ శీకరము లొలయించగా'** అని అద్భుతమైన పద్యాన్ని రచించారు. 'ప్రభవ తేది 1928. ఆ తరువాత యించుమించు 1933 వరకు భాగ గీతాలు రాస్తూనే ఉన్నాను. గ్రాంధిక భాష నుంచి వాడుక భాషలోకి...' అని ఆయనే చెప్పుకున్నారు. మహా ప్రస్థానానికి ముందు నుంచే వచన గీతాలన్నీ రాసారు. అనేక ప్రయోగాలు చేశారు. ఉదాహరణకు 'విద్యున్మాలికలు' అనే **గీతంలో 'బారులు బారులు తీరిన/ మబ్బు గుబ్బులుల దారుల/ దారి తప్పి భరించే ఆ రేయి/ తరళ సరళేరమ్మదములు'** అని చక్కని భావుకతతో రాసారు.

సినిమాపాటల రచయితగా శ్రీశ్రీ ఎంతో ఖ్యాతినొందారు. తెలుగు పాటకు తొలిసారిగా 'జాతీయ పురస్కారం' తెచ్చి పెట్టిన ఘనత ఆయనదే. తెలుగునాట సినిమా ప్రేక్షకులలో అధిక సంఖ్యాకులు విద్యాహీనులు కాబట్టి సినిమా పాటలు తక్షణ సుబోధకంగా ఉండాలన్న రహస్యం' శ్రీశ్రీ గూడవల్లి రామబ్రహ్మం గారి ద్వారా

తెలుసుకున్నారు. రక్తం మరిగించే పాటలు, మనసును కరిగించే గేయాలు, విప్లవ గీతాలు ఆయన రాసారు. 'నా హృదయంలో నిదురించే చెలీ/ కలలలోనే కవ్వించే సఖీ' 'ఎవరికోసం- ఈ మందహాసం' 'నిన్ను నిన్నుగా ప్రేమించుటకు' 'పయినించే మన వలపుల' 'ఆనందం అర్ణవమైతే అనురాగం అంబరమైతే'

'కష్టంగా రాయడమంత సులభం లేనట్టే సులభంగా రాయడమంత కష్టం లేద'ని ఆయన అన్నమాటల్లో వాస్తవముందని శ్రీశ్రీ 'భావ గీతాలు' చెబుతాయి.

జానపదంలో 'జాతర' సాహిత్యం

జనపదమనగా పల్లెటూరు. **"ఆర్యావర్త: పుణ్యభూమిర్మద్యం విన్ధ్యహిమాయో:, నీ వృజ్జన పదౌ దేశవిషయౌ రూప కర్తనమ్"** అని అమరము జనపదములందుండేవారు జానపదులు. వారు పాడుకునే పాటలు లేదా గేయములే జానపద గేయములు. FLOK SONGS అనేది ఆంగ్ల రూపం. ఇది VOLK SLIED అనే జర్మన్ భాష నుంచి వచ్చిన పదం. మహాభారతం సహితం జానపద శబ్దం వినిపిస్తుంది. కర్ణ దుర్యోధన శకుని మంతనాలాడు వేళ "జానపదులు పూరిజనులు సంతసముల భ్రమరం బలర్స నీదైన..." అనే వ్యాఖ్యానం కనిపిస్తుంది. మహాభారత రామాయణాల చరిత్ర మీదుగా వర్తమాన కాలంలోకి ప్రయాణిస్తూ వస్తే జానపదమనే పదానికి ఉన్న విస్తృత చరిత్ర అవగతం అవుతుంది. జానపదాలలో నివసించు ప్రజలు తమ సంతోషాలు, కష్టసుఖాలు, జీవిత సమస్యలు, అనుభూతులు సమానంగా తెలియజేసుకొనుటకు గేయం ఒక వాహికైంది. ఇవన్నీ వాగ్రూపాలే. ఈ గేయంలో వృత్తులు పండుగలు జాతరలు అంటే సామాజిక, సాంస్కృతిక, వ్యక్తిగత, రాజకీయపరమైన అంశాలను తమ భాషలోనే అందంగా ఇముడ్చుకునేవారు జానపదులు. తాము నిత్యం 'భాష' నుంచి 'కృత్రిమత్వం'తో బయటకు వచ్చి అనవసర

భాష జాలను వారు ప్రదర్శించలేదు. వారు ప్రకటించిన గీతాలు సాహిత్యంలో ప్రదర్శితమైన అక్షరాల పదాల చిత్రాలు సహితం వారి జీవిత, జీవన విధానాలలో స్వేచ్ఛాపూరిత ప్రకటనగానే అత్యంత సహజంగా వారు ప్రదర్శించుకున్నారు. జానపద గేయాలలో స్వచ్ఛమైన జానపదుల జీవన దృశ్యాలే చిత్రితమైనాయి అనేది సత్యం. ఇటువంటి పరిశోధకులు కనుగొన్న కథా వాఙ్మయము, మూఢవిశ్వాసములు, ఆచార వ్యవహారములు, మంత్ర తంత్రములు, శాస్త్ర విజ్ఞానము, భౌతిక పారమార్థిక విషయాలు, వారి భావములు, పొడుపు కథలు, సామెతలు, వినోదములు, వేడుకలు, ఆటలు మున్నగు పెక్కు అంశములు చేరాయి. ఈ గేయాలలో అద్భుతమైన ప్రాంతీయ భాషా సౌరభం ప్రసరించటం గమనార్హం. ఉదాహరణకు ఓ చెంచుల గేయంలో **"కొండన్న మాదన్న నారికేళో /వేట పొయ్యే రాముల నారికేళో" "బంగారి పాశెల" "సిరిగే తోమి"** అనే శబ్దాలు అచ్చమైన ప్రాంతీయ పద గుంఫనాలు. వీటిలో అంతరార్థం అద్భుతం అనిపిస్తుంది. ఇటువంటి ఎన్నెన్నో విభిన్నమైన అంశాలను ఎందరెందరో నృశాస్త్రవేత్తలు (TYLOR) (FRAZER) తెలిపారు.

భారతదేశమంతటా పల్లెలు విస్తరించుకొని ఉన్నాయి. వారిది స్వచ్ఛమైన, నిర్భయమైన భాషా జీవనాలు. వారు తమకు నచ్చినట్టుగా తన గేయాలు, జీవితాలను వ్యక్తపరచగలరు. నాగరీకులైన వారు కూడా తమ పల్లె సంప్రదాయాలను, గ్రామీణ పద సంపదలను వదులుకునే ప్రయత్నం చేయకపోవడం 'నగర నాగరీకులు' నేర్చుకోదగ్గ విషయం. పల్లెలలో ప్రధానమైన ప్రాతిపదిక 'గ్రామదేవతలు'. పల్లెవాసుల పండుగలలో గ్రామ దేవత పేరిట జరిపే పండుగలు (జాతర) అత్యంత ప్రాధాన్యతను సంతరించుకున్నాయి. వేల సంవత్సరాలుగా తమ సాంస్కృతిక, తాత్విక వారసత్వంగా వస్తున్న 'జాతర'లను వారు రెండు రోజుల నుంచి రెండు వారాలు, రెండు నెలలు వరకు జరుపుకుంటారు. ఇందుకోసం వారంతా ఒక్కటిగా బేధభావాలు

మరచి 'ఆనందిస్తారు'. ఆడతారు, పాడతారు. 'బలి' ఆచారంగా కాక సంప్రదాయంగా భావిస్తారు. (ఇప్పుడు చాలా ప్రాంతాలలో బలి నిషేధం) పల్లెలు 'శక్తి దేవతలు'గా భావించి ఆరాధించే దేవతలు 'గ్రామ దేవతలు'. వీరు శిష్ట దేవతలైన విష్ణు, ఈశ్వరులకు పూర్తిగా భిన్నమైనవారు. వీరు గ్రామానికి ప్రతినిధులే కానీ విశ్వానికి కాదని' హెన్రి వైట్ హెడ్ అభిప్రాయం (BUT THE VILLAGE DEITIES, ON THE OTHER HAND HAVE NO RELATION TO THE UNIVERSE) గ్రామదేవతలను పూజించే విషయంలో గ్రామస్తుల 'భయ భక్తులే' ప్రధానమైన కారణం. ఇటువంటి 'దేవతలలో' ఎక్కువశాతం 'స్త్రీ దేవతలే' కావడం గమనార్హం. ఇందుకు కారణం- జానపదులలో 'మాతృ దేవతారాధనే' ప్రధానంగా కనిపిస్తుంది. జానపదుల జీవన విధానంలో స్త్రీ పురుషులిరువురూ కష్టించి సంపాదించుకొని 'సమానమైన' సంసారిక సమానత్వంలో ఏర్పాటు చేసుకుంటారు.

జానపదులు ఇటువంటి గ్రామదేవతలకు ప్రధానమైన పాత్రనిస్తారు. తమ కష్ట సుఖాలను, పాడిపంటలను, మొత్తంగా గ్రామస్తులను, వ్యక్తులను 'ఆమె' చల్లగా చూస్తుందని భావిస్తారు. 'ఆమె'కు సంబరాలు, జాతరలు ఏటా నిర్వహిస్తారు. ఇటువంటి జాతరలను ఎంతో సంబరంగా చేసుకుంటారు. ''యాత్రను జాతరగా వికృతి యర్థమున స్వీకరించినప్పటికీ తిరుపతి, శ్రీ కాళహస్తి, శ్రీశైలం వంటి పుణ్యక్షేత్రములనే యాత్రలనుచున్నారు. అంతకన్నా చిన్న క్షేత్రోత్సవములు జాతరులుగా వ్యవహరించడం అయినవి'' అని రఘునాథ రెడ్డి (పల్లె పదాలలో ప్రజాజీవనం) వివరిస్తారు. దేవతలు, గుళ్ళు ఉన్న పల్లెలలో ప్రజలంతా కలిసి ఆ దేవత పేరు మీద సామూహికంగా జరిపించే ఉత్సవం 'జాతర'. జాతరను ఉత్సవం, తిరునాళ్లు, సరస, సంబరం, సేవ, కొలువు, తంతు, శివము, పెద్దదేవర చేయడం, అమ్మవారి పండగ అనే పేర్లతో వ్యవహరిస్తారు. వీరి ప్రసక్తి శిష్ట్ల సాహిత్యంలో కూడా కనిపిస్తుంది. (జాతర సేయగా వలయు సర్వజనంబులు సంబు రాశికిన్-

మహాభారతం) (జాతర పెండ్లి యుత్సవము జన్నము జేయదొడిరగి... 'కేతన- విజ్ఞానేశ్వరీయము) ఇలా ఎన్నో ఉదాహరణలున్నాయి. శ్రీశైల యాత్ర ఉత్సవాన్ని పాల్కురికి **సోమన 'వరస' అని వ్యవహరించాడు. 'బసవ తీర్థంబేగు వరసయనంగ/ బసిగొని యింగ్రిక్కిరిసి వచ్చువారు".** ''ఈదెమ్మ కథ" లో కూడా ఇదే పదం ఉపయోగించబడిరది. **దవన పున్నమి నాడు ముహూరమ్ము వరుస ప్రారంభమయ్యెను.** ఈ యాత్రలో అనేక విధములైన వాయిద్యపరమైన సాధనాలు మ్రోగిస్తూ, నృత్యాలు చేస్తూ సాగిన యాత్రలో **"సొక్కుచు సోలుచు తూలి యాడుచును/ తక్కుచు తమలోన తావు దప్పకను/ నిక్కుచు నీల్గుచు నిగిడి రేణుకకు/ మ్రొక్కుచు సంతత మొపసి యాడుచును"** ఈ పాటలో జానపదులలో భక్తి ప్రపత్తులతో పాటు వారి సామాజిక జీవనంలో జాతరలిచ్చే 'కిక్కు'ను కూడా పరిశీలించవచ్చు. వారిది స్వచ్ఛమైన స్వేచ్ఛా ప్రవృత్తిగా గమనించుకోవాలి. జానపదుల జాతర గేయాల్లో వారి నిస్వార్ధమై భయభక్తుల 'భక్తి' ప్రదర్శన వాస్తవమైనది. గుండెల్లోంచి, వారి జీవిత పథం నుంచి ఉద్భవించినదిగా తెలుసుకోవాలి.

''జాతరలు జానపదులకు యజ్ఞ యాగాదులతో సమానం. రెండింటి వెనుక ఉన్న నమ్మకం ఒక్కటే. రెండూ కర్మమార్గానికి చెందినవే. అయితే రెండింటిలోనూ బలి విధానాలున్నాయి. మానవాతీత శక్తులపైన మానవులకుండే నమ్మకాన్ని ప్రతిబింబించే ఈ రెండు రకాల ఆచరణలు ఒకే నాణానికి రెండు ముఖాలు" వంటివి అంటారు ఆర్వీయస్ సుందరం గారు(ఆంధ్రుల జానపద విజ్ఞానం) 'తమను పీడించే ప్రేతాత్మల నుండి పిశాచాల నుండి, ప్రకృతి ప్రళయతాండవాల నుంచి రక్షణ కోసం మానవుడు భగవద్రూప కల్పన చేసుకున్నాడు' ఆచార్య బి.రామరాజు, ఆచార్య కృష్ణకుమారిల వ్యాఖ్యానం(జానపద గేయాలు- సాంఘిక చరిత్ర). ప్రాచీన కాలంలో 'జాతర'లలో నరబలి ఆచారంగా ఉండేది. కానీ కాలక్రమంలో క్రమంగా 'జంతుబలి'

స్థానమాక్రమించింది. ఇది కూడా ప్రస్తుతం చాలా ప్రాంతాల 'జాతర'లలో 'తగ్గింది'. (పూర్తిగా నిషేధం కాలేదు. బహుశా కాదేమో...) 'జానపద కథల్లో గేయాలలో నరబలి ప్రసక్తి కనిపిస్తుంది' (పర్వతాల మల్లారెడ్డి కథ, జాంబ పురాణం) జంతుబలి సంబంధమైన అంశాలు కూడా జానపద సాహిత్యంలో కనిపిస్తుంది.

"ఎత్తు గొర్రెలు చాల ఏటలు కోళ్లు / మేకపోతులు నమ్మతానూ

సాకబోసిన కళ్ళు సార కావళ్ళు / ఆరంబు గైకొని అటు"

గ్రామదేవతలకు సంబంధించిన 'సాహిత్యం' లో మరణానంతరం స్త్రీలు పేరంటాండ్రుగా మారిన విధానం, వారికున్న శక్తియుక్తులు, వారికి జరిపే పూజా విధానాలు వర్ణించడం జరిగింది.

'ఏమి కోరి పెండ్లాడి వచ్చినావు- భోగము దానిని నీవు తెచ్చినావు' అనే సామాజిక సంప్రదాయాల పైన తిరుగుబాటు చేసిన గేయాలున్నాయి. (లక్ష్మమ్మ కథ) 'పడమటింట్లో నాకు మంచమేయ్యవే చల్లమ్మ/ చన్నపట్నపు కొలువులు పై వొచ్చినాదే చల్లమ్మ/ మిమ్ము కనుల జూడనే వొచ్చినాను చల్లమ్మ/ ఇహముతో భవ్యము చెల్లించినట్లుంది చల్లమ్మ' (కామమ్మ కథ) 'తగ్గితే తగ్గింది సంపంగి వనము నా రాజా/ మగ్గితే మగ్గింది నా మూల తరుగూ నా రాజా/ తగ్గకా మగ్గకా నీవుండవయ్యా నా రాజా...' (సన్యాసమ్మ కథ) ఇలా ఈ గేయంలో నాటి సమాజంలో స్త్రీ స్థితిగతులు, వారి యొక్క నిస్వార్థపూరితమైన దాంపత్యంపట్ల అనురక్తి, దానిని అర్థం చేసుకోలేని, అపార్థం చేసుకున్న 'పురుషాహంకారం' వంటివెన్నో 'జాతర' సాహిత్యంలో అంతర్లీనంగా ఉన్నాయనవచ్చు. స్త్రీలను సంపూర్ణమైన సమగ్రత కలిగిన ఓ దేవతా మూర్తిగా చిత్రించిన ఇటువంటి జానపద సాహిత్యం తెలుగువారికి మాత్రమే లభించినది కావటం ఆనందదాయకం...

సంస్కర్త, మానవతావాది... మల్లయ్యశాస్త్రి

"గతంలో ఉన్న మంచినంతా అవగతం చేసుకొని, దానిని పండిత పామరులకు సరిసమానంగా అందజేయగలవాడే నిజమైన విజ్ఞానవేత్త బంకుపల్లిమల్లయ్యశాస్త్రి గారు ప్రశంసనీయమైన ప్రజాశ్రేయోభిలాషులు... వేదాలలో ఏముందో సాధారణ జనానికి తెలిస్తే సనాతనులు బుకాయింపులు చెల్లవు. అందుచేత నిజమైన సంఘసంస్కర్తలు వేదాన్ని ప్రజలకు విశదపర్చాలి." అనే ఆరుద్ర వ్యాఖ్యానంకు నిలువెత్తు అక్షరరూపం మల్లయ్యశాస్త్రి గారు. హిందూ మతానికి జీవశక్తి అయిన వేదాలను, విద్యారణ్యుల భాష్యానుసారంగా తెలుగు చేసారాయన. ఆయనను గురించి తెలసుకోవలసిన అవసరం వర్తమానంలో ఉంది.

జీవితం కొందరికి పోరాటం, పోరాటమే కొందరికి జీవితం. రెండో వర్గానికి చెందిన వారు మల్లయ్యశాస్త్రి. బంకుపల్లి మల్లయ్యశాస్త్రి గారు 1876వ సంవత్సరం, ఏప్రిల్ 9వ జన్మించారు. జన్మించింది మేనమామల గ్రామమైన సింగుపురం. ఈ గ్రామం శ్రీకాకుళం నరసన్నపేట మధ్యనున్న చరిత్ర ప్రాధాన్యం కలిగిన పల్లె. తల్లి సూరమ్మ గారు, తండ్రి గంగన్నశాస్త్రి. వీరిది నరసన్నపేటకు ఎనిమిది కిలోమీటర్లు దూరంలో ఉన్న జమీందారి గ్రామం 'ఉర్లాం'. మల్లయ్యశాస్త్రి గారికి నాలుగో ఏటనే తండ్రి గంగన్న గారు స్వయంగా అక్షరాభ్యాసం చేయించారు. ఋగ్వేదం, జ్యోతిష్యం బోధించారు. గంగన్న గారు అభ్యుదయవాది. మారే కాలపు మార్పులను

గమనించగల దివ్య దృష్టి ఆయనది. కనుకనే కొడుకు మల్లయ్యశాస్త్రి గారికి ఇంగ్లీష్ కూడా నేర్పించారు. ఇందుకోసం ప్రత్యేకంగా ఓ మాష్టారిని నియమించారు. శాస్త్రి గారికి వ్యాయమం అంటే మక్కువ, పన్నెండేళ్ళ ప్రాయం నుంచి నేర్చుకున్నారు. మిత్రులతో దండపట్లు పట్టేవారు, క్రమంగా వ్యాయమం ఆయనకు వ్యసనమయింది. కొన్ని విషయాల పట్ల కాలం కొట్టే దెబ్బలకు తట్టుకొనే మానసిక, శారీరక దృఢత్వం, ఆయనకు ఈ అలవాటు వలననే సాధ్యమయిందనే మిత్రులున్నారు. ఆయన శ్రావ్యంగా పాడేవారు, చదువులో మేటి. నేర్చుకోవడమంటే అయనకెంతో ఇష్టం. ఈ ఇష్టం ఆయన మరణం వరకు కొనసాగింది. కష్టపడే తత్వం ఆయనది. గురువు నేర్పిన పంచకావ్యాలతో పాటు స్వంతంగా సంస్కృతంలోని ఎన్నో కావ్యాలను అధ్యయనం చేసారు. 'భోజప్రబంధ్' వంటి రచనలను చదివి సంస్కృతంలో కవిత్వం చెప్పారు. మల్లయ్యశాస్త్రి గారికి చిన్నప్పటి నుంచి పదిమందిలో మాట్లాడాలంటే బిడియపడేవారు. ఈ విషయంలో తండ్రి మందలించేవారు. కానీ... తరువాత కాలంలో స్నేహితల వలన వర్లాకిమిడి చేరి, గిడుగు రామ్మూర్తి గారితో స్నేహం వలన ఎంతో నేర్చుకున్నారు. శాస్త్ర చర్చలను, అస్పృశ్యత విధవా పునర్వివాహాలు వంటి విషయాలను ఎందరో పీఠాధిపతులతో అవలీలగా వాదోపవాదాలు, శాస్త్ర చర్చలు సుదీర్ఘంగా జరపి తన వాదనా పటిమ, పాండిత్య ప్రకర్షలతో వారిని తన కనుగుణంగా మార్చుకోగలిగారు. శాస్త్రి గారిది ఓ విచిత్రమైన సంఘర్షణా శైలి. ఆయన స్వతహాగా సంప్రదాయవాది. సద్బ్రాహ్మణ కుటుంబం. ఆయనలోని సంస్కరణవాది ఎలా బహిర్గతమయ్యాడనేది, కుటుంబ నేపథ్యపు ఘర్షణాయుత నేపథ్యం. ఇందుకు బీజం తునిలో పడింది. మల్లయ్యశాస్త్రి గారు తన పదిహేను సంవత్సరాల ప్రాయంలో తునిలోని రంగాచార్యుల గారి వద్దకు శిష్యరికానికి వెళ్ళారు.

రంగాచార్యులు వారు 'స్త్రీ పునర్వివాహ సంగ్రహం (1878) అనే గ్రంథాన్ని రచించిన మేధావి. ఆయన దగ్గర శాస్త్రి గారు వ్యాకరణంతో పాటు స్త్రీలకు మళ్ళీ పెళ్ళి గురించిన భావాలను తెలుసుకున్నారు. ఇవి ఆయన హృదయంలో స్థిరపడిపోయాయి. 'ఉర్లాం' జమిందారు తన సంస్థానంలో ప్రతి ఏడు శ్రావణ పౌర్ణమి రోజు నిర్వహించే 'శ్రావణి' ఉత్సవం నెల రోజులపాటు సాగేది. ఈ ఉత్సవం లో పాల్గొని 'పట్టా' పొందినవారు 'ఘనాపాటి' గానే కీర్తి పొందేవారు, ఉపాధిని అందుకొనేవారు. వీటి గురించి శ్రీపాద సుబ్రహ్మణ్యశాస్త్రి గారు కథలో పేర్కొన్నారు. శాస్త్రి గారు 1895 - 1896 సంవత్సరం జరిగిన 'శ్రావణి' పరీక్షలో తర్క వ్యాకరణంలో పట్టా పొందారు. అప్పుడే వారికి టెక్కలి దగ్గర రావివలసకు చెందిన 'నగరంపల్లె సీతమ్మ' గారితో వివాహమయిందని, ఉద్యోగ ప్రయత్నంలో భాగంగా ఉర్లాం సెకండరీ పాఠశాలలో తన పందొమ్మిదో ఏట ఉద్యోగం చేరారు...

బంకుపల్లి మల్లయ్యశాస్త్రి గారి జీవితం నుంచి వర్తమాన తరం నేర్చుకోవలసినది ఎంతో ఉంది. ప్రతీ చిన్న విషయానికి 'సున్నితత్వం' పేరుతో ఆత్మహత్యలకు పాల్పడుతున్న ఈ తరం యువత, శాస్త్రి గారు చదువు కోసం పడిన శ్రమను తెలుసుకుంటే కొంతలో కొంతయినా మార్పు వస్తుందేమో? కనీసం తల్లి దండ్రులయినా ఇటువంటి వారి 'జీవితం'ను చదివితే పిల్లలకు పోరాడే తత్వం నేర్పవచ్చు. పారిపోవటం కాదు జీవితమంటే... పోరాడటం అని నిరూపించిన కథ శాస్త్రి గారిది. ఎవరు నేర్పుతారు? వర్తమాన విద్యావిధానంలో ఇటువంటి వారి గురించి బోధించే పాఠ్యాంశాలేవి? మల్లయ్యశాస్త్రి గారు తన పదహారవ ఏటనే (1892) ఉర్లాంలో పంచకావ్యాలను క్షుణ్ణంగా చదివారు. వీటితో వీరితోపాటు తర్కంలో తర్క సంగ్రహం అనేది ఒకటి. వ్యాకరణంలో 'లఘుసిద్ధాంత కౌముది' ప్రారంభించేవారు గురువులు. గురువుగారయిన భళ్ళమూడి వెంకటశాస్త్రి ఈ

'కౌముది'ని సంవత్సరం గడచినా చెప్పలేదు. ఆయన శిష్యులతో సేవ చేయించుకోవటంలో చూపిన శ్రద్ధ ఈ గ్రంథం బోధనలో చూపటంలేదని తెలుసుకొన్న శాస్త్రి గారి బృందం ఓ రాత్రి చర్చించుకుంది. వెంటనే ఓ నిర్ణయం కూడా తీసుకొని 'ఛలో తుని' అని బయలుదేరిపోయారు, ఎవరికి చెప్పకుండానే...? తునిలోని పరవస్తు వెంకటరంగాచార్యులు గారి వద్దకు వారి ప్రయాణం... శాస్త్రి బృందం, చదువుకోసం..., కష్టపడి తిండితిప్పలు కోసం ఆలోచించకుండా 228 కిలోమీటర్లు నడిచి... ఉర్లాం నుంచి తుని చేరుకొన్నారు. వీరి కథ తెలుసుకొన్న గురువు రంగాచార్యులు గారు పదిహేను సంవత్సరాలు కూడా లేని బుడతలు చదువుకోవాలని ఇంత పట్టుదల..." అని ఆశ్చర్యపోయి వెంటనే శిష్యులుగా చేర్చుకొన్నారు. అక్కడ రోజుకు ఒక పూటనే తినేవారు. రాత్రికి పేలపిండితో సర్దుకొనేవారు 'సిద్ధాంత కౌముది' నేర్చుకొన్నారు. మల్లయ్యశాస్త్రి గారు నేర్చుకొన్నంత వేగంగా గురువు గారు నేర్పాడు. వారి గొప్పతనం అది...

ఆనాటి గురువుల ఔన్నత్యం ఇది. ఆఖరి రోజున గురువు గారి పాదాల పైపడి గురుదక్షిణ ఏం చెల్లించమంటారని అడిగిన శాస్త్రి గారితో రంగాచార్యులు గారు, "ఉర్లాం నుండి చద్దన్నం కట్టుకొని కాలినడకన వచ్చావు నా చెంతకు, బాల్యంలోనే చదువు యెడల నీ తృష్ణా, పట్టుదల అప్పుడే తెలిసి వచ్చాయి. ఓ పూట తిని, రెండో పూట ఏ పేల పిండితోనే సర్దుకొని, అదీ దొరక్కుంటే పస్తుండి కౌముదిని నేర్చుకున్నావు. ఎందరినో చూశాను, బాలుడివైనా నీలో ఈ లక్షణాలు ఆశ్చర్యాన్ని కలిగించాయి. ఏముందయ్యా నీ దగ్గర దక్షిణగా ఇవ్వడానికి... పేద బ్రాహ్మణుడవు... బాగా అభివృద్ధిలోకి రా... రేపు నీ కొడుకుల్లో ఒకడికి నా పేరు పెట్టుకుందువు గానీ" అని ఆశీర్వదించారు. మల్లయ్యశాస్త్రి గారు ఒక కుమారుడికి రంగాచార్యులని పేరు

పెట్టారు. ఇదీ భారతీయ గురుశిష్య పరంపరలోని ప్రేమ వాత్సల్యాల మూలసూత్రం. మరి... నేడు...? అటువంటి గురువులు....

మల్లయ్యశాస్త్రి గారి జీవితంలో సంఘర్షణ సమాజంతో ఘర్షణ ప్రారంభమయింది. కూతురు కృష్ణవేణి వివాహంతోనే ఆమెకు అందరి అడపిల్లలు వలనే ఆనాటి సమాజపు సిద్ధాంత రీతిగానే 1918లో వివాహం చేసారు శాస్త్రి గారు. పెళ్ళికొడుకు మావుడూరి లక్ష్మీనారాయణ, ఇతను హఠాత్తుగా చనిపోయాడు. భర్త చనిపోయిన నాటికి అమెకు తొమ్మిదేళ్ళు. ఆరోజు కృష్ణవేణి తన ఈడు పిల్లలతో కలిసి మట్టిలో ఆడుకుంటున్నది. తల్లి ఆ బిడ్డను కొట్టి మరీ ఏడవమంది. ఏమయిందో తెలియని కృష్ణవేణమ్మ భోరుమని ఏడ్చింది. భర్త మరణం కోసం కాదు తల్లి కొట్టిన దెబ్బలకు. అక్కడితో కథ ముగియలేదు, శాస్త్రి గారు శాస్త్రాలతో పోరాటం ప్రారంభమయింది. నాటి సమాజం చిన్న పిల్లను తమతో కలవనీయలేదు. తెల్లబట్టలు కట్టుకొని, గుండు చేసుకొని, మూలన కూర్చోమన్నది. ఆభం శుభం తెలియని పిల్ల కృష్ణవేణి ఎన్నోమార్లు ఏడ్చింది. తల్లిని ప్రశ్నించింది. ఆ పిల్లకు సమాధానం చెప్పలేని తల్లి పిల్లలతో సహా నూతిలోకి దూకాలనుకుంది. ఇద్దరూ నూతి దగ్గరకు వెళ్ళారు. ఇంతలో శాస్త్రి గారు కాలేజి నుంచి వచ్చారు. భార్యను మూడేళ్ళు గడువు అడిగారు. శాస్త్రాలు, వేదాలను ఔపోసన పట్టారు. గిడుగు రామ్మూర్తి గారు, పర్లాకిమిడి జమిందారుల సహకారంతో అప్పటి (1921) ధర్మశాస్త్రాల్లో 'వివాహ వ్యవస్థ స్వరూపాన్ని' అధ్యయనం చేసారు. చివరకు 'అక్షతయోని పునర్వివాహం శాస్త్ర సమ్మతం' అంటూ నిర్ధారణకు వచ్చారు. 'వివాహతత్వం' పేరిట సిద్ధాంతీకరించారు. దీనిని ఆమోదించమంటూ 5 మత పీఠాలకు పంపారు. పూరి పీఠం తప్పా నాలుగు పీఠాలు అంగీకరించాయి. తెలుగు ప్రాంతంలోని పండితుల ముందుకు చర్చకు తెచ్చారు. ఈ శాస్త్రపరమైన నిరూపణలతో సంఘసంస్కరణకు శ్రీకారం చుట్టిన

మల్లయ్యశాస్త్రి గారు 1929లో కృష్ణవేణి ని వేదుల సత్యన్నారాయణ శాస్త్రి గారికిచ్చి వివాహం చేసారు. అప్పటికి శాస్త్రి గారి వయసు 53 సంవత్సరాలు. ఆనాటి ఎంతో మంది పండితులు ఆయనను గౌరవించారు. "ధర్మశాస్త్రములు ఆమూలాగ్రము విశాల హృదయంతో పరిశీలించి తప్పుద్రోవను పడియున్న వారికి ప్రభోదము గావించి మంచి మార్గమున ప్రవేశపెట్టినారు. శాస్త్రి గారు శాస్త్ర సమ్మతముగానే సంఘసంస్కరణము చేయదలిచిన మార్గదర్శకులుగా ప్రవర్తించినారు" అని కొనియాడారు.

ఆ తరువాత కాలంలో ఆంధ్రదేశం నలుమూలలా ఆయన ఖ్యాతి విస్తరించింది. ఆ కాలంలో ఆయన లేని సభలేదంటే అతిశయోక్తి కాదు. 1932-40 ప్రాంతంలో ఆయన అవలంబించిన హరిజనోద్యమం దశదిశలా ఆయనను ఓ సంఘసంస్కర్తగా నిలిపింది. అక్కడ కూడా ఆయన తనదైన శాస్త్రాలను మధించే 'జాతి'లోని అస్పృశ్యతను నిషేధించమని పోరాడారు. "మల్లయ్యశాస్త్రి నిశ్శబ్దంగా జ్ఞానాన్ని పెంచుకొని, ఆధునిక అవగాహనను సంతరించుకొని, మౌనంగా దానిని పాటించే వ్యక్తిత్వం గలవారు" అంటారు డా॥కె ముత్యం. గారు. మల్లయ్యశాస్త్రి గారిది బ్రాహ్మణమత ధృక్పథమే 'వివిధ దేశాచార మతాచార సంఘర్షణ కల శతాబ్దమున స్వమత పరిజ్ఞాన సాకల్యము స్వమత క్షేమంకరము' అనే బంకుపల్లి మల్లయ్యశాస్త్రి గారి మాట.... బంగారు మాట... వేదాలు, పురాణాలు, ఉపనిషత్తులు వంటి అనువాదాలు మరియు 28 గ్రంథాలు రచించిన, బహుకుటుంబీకుడు శాస్త్రి గారు. జీవన పోరాటల నడుమ వెలిగే సూర్యునిలా ప్రజ్వరిల్లి 1946లో అస్తమించారు. ఆయన జీవితం వర్తమాన తరాలకు ఓ పాఠ్యగ్రంథం కావాలి.

నూతన విద్యా విధానం భారతీయ భాషలు

మూడు దశాబ్దాల అనంతరం 2020వ సంవత్సరంలో 'కొత్త విద్యా విధానం' ను కేంద్ర ప్రభుత్వం అమలులోనికి తీసుకువచ్చింది. ఈ విధానంలో విద్యార్థి విద్యాభ్యాసానికి ఎన్నెన్నో వెసులుబాట్లు ఉన్నాయి. వాటి లక్ష్యాలు, అసలు క్రొత్తవిద్యావిధానం యొక్క ప్రధానమైన మార్పులు వంటివి ప్రభుత్వం సవివరంగానే పేర్కొన్నది. కేంద్ర ప్రభుత్వం విడుదల చేసిన 'టీచర్ గైడ్ 2023' డాక్యుమెంట్ లో సమగ్రమైన పథక ప్రయోజనాలు వివరించడం జరిగింది. వీటి వెనుకనున్న కష్టనష్టాలు, లాభనష్టాలు 'క్షేత్రస్థాయి'లో తెలుసుకోవాలంటే మరికొంత సమయం పట్టవచ్చు. ఈ నూతన విద్యా విధానం వలన విద్యార్థులకు ఒనగూరే ప్రయోజనాలు, వాటి ఫలితాలు ప్రస్తుతం అయితే పూర్తిస్థాయిలో అవగాహన లేని దశ, పరిస్థితులు ఉన్నాయనేది వాస్తవం. ఉన్నత, స్నాతకోత్తర స్థాయిలో ఇది ప్రస్తుతం కొంత గందరగోళం స్థితినే తెస్తున్నది. కాలక్రమంలో మేధావులు తయారుచేసిన 'డాక్యుమెంట్' కనుక ప్రయోజనాలకే అధిక ప్రాధాన్యం అనుకోవాలి. అసలు ఏమిటి 'నూతన విద్యా విధానం' అనేది రేఖామాత్రంగానైనా తెలుసుకుంటే అప్పుడు సమగ్రమైన రూపురేఖలు ఆవిష్కరణమయ్యే అవకాశాలున్నాయి.

నూతన విద్యా విధానం (NEP) 2020 లక్ష్యాలుగా ఆరింటినీ పేర్కొన్నారు. ఇవి ప్రస్తుత విద్యా వ్యవస్థను పెనుమార్పులకు (కుదుపులకు) లోను చేస్తున్నది. కానీ... సంపూర్ణమైన అవగాహన అనంతరం ప్రయోజనాలు ఆవిష్కృతమవుతాయనేది 'డాక్యుమెంట్ లక్ష్యాలు' వలన తెలుస్తున్నది. **యూనివర్సల్ యాక్సెస్, సంపూర్ణ అభివృద్ధి, వశ్యత మరియు ఎంపిక, క్రిటికల్ థింకింగ్ మరియు క్రియేటివిటీ, టెక్నాలజీ ఇంటిగ్రేషన్, టీచర్ ట్రైనింగ్ మరియు ప్రొఫెషన్ డెవలప్మెంట్** అనేవి ఇందులో ప్రధానంగా ఇచ్చారు. వీటి నేపథ్యంలోనే విద్యా వ్యవస్థలో కొన్ని మార్పులు అనివార్యమవుతాయని, అవి అవసరమనేది ప్రభుత్వ నూతన విద్యా విధానం చెబుతున్నది. ఈ లక్ష్యాలు ఉపాధ్యాయులకు నిర్దేశించబడటం గమనార్హం. వీటన్నింటి పూర్వాశ్రమం చేస్తూ భారతీయ భాషలు నూతన విద్యా విధానంను గురించి చర్చించుకోవలసిన అవసరముంది. అయితే ఇది లోతైన చర్చ కాదు. రేఖామాత్రమైన స్పర్శ.

భారతీయ భాషల గురించి అవగాహన దాదాపుగా అందరికీ ఉన్నదే. కాకుంటే ఇదేమిటి? వీటి అమలు, ప్రయోజనాలను నూతన విద్యా విధానం (NEP) ఎంతవరకు పరిపుష్టం చేస్తుంది. లేదా ఆయా భాషలు మాట్లాడే ప్రాంతాల వారికి ఉపాధి, అవకాశాలు కల్పించే విద్యను అందించగలదనే అంశాలు ప్రధానమైనవే! భారత రాజ్యాంగం 344(1) నుంచి 351 వరకు భారతీయ భాషలను గురించి సమగ్రంగానే వివరిస్తుంది. 8వ షెడ్యూల్ ప్రకారం 22 భారతీయ భాషలున్నాయి. ఇవి రాజ్యాంగం ఆమోదించినవి. ఇవి కాకుండా 1967లో సింధి, 1992లో కొంకణి, మణిపురి, నేపాలి భాషలను, 2004లో బోడో, డోగ్రి, మైథిలి, సంతాలీలను చేర్చారు. అలా అవి 22 గా మిగిలాయి. మరో 38 భాషలను కూడా రాజ్యాంగం ఆమోదించి కొత్తగా చేర్చమని అనేక విజ్ఞప్తులు వస్తున్నాయని మీడియా చెబుతున్నది. అవి

‘ఆలోచించే కమిటీ’ల దగ్గర ఉన్నాయి. అయితే భారతదేశం మొత్తం మీద ప్రాంతీయ భాషలను ప్రక్కన పెడితే హిందీ, ఇంగ్లీష్ అనేవి ప్రధానంగా వాడుకలో ఉన్న భాషలు. రాజ్యాంగంలోని 343 (1) అధికార భాష హిందీగానే పేర్కొన్నది. ఐచ్చికమని చెప్పారు. కానీ హిందీ తర్వాత అధికారిక కార్యకలాపాలకు చాలా ప్రాంతాల్లో ఆంగ్లాన్నే ఎక్కువగా వాడుతున్నారు. ఇటువంటి సమయంలో కేంద్ర ప్రభుత్వం తీసుకువచ్చిన నూతన విద్యా విధానంను ఎక్కువ రాష్ట్రాలు అంగీకరించలేదు. కేంద్ర ప్రభుత్వం అధికారంలో ఉన్న ప్రభుత్వాలు అమలు చేస్తున్నాయి.

నూతన విద్యా విధానంలో పేర్కొన్న పాఠశాల విద్యానిర్మాణంలో 10+2 పద్ధతిని 5+3+3+4 కి మార్పు చేశారు. ఈ విధానంలో ఆంగ్లమాధ్యమంనే తల్లిదండ్రులు ఆచరిస్తున్నారు, ఆదరిస్తున్నారు. కేంద్రీయ విద్యాలయాల్లో, సైనిక్ స్కూల్స్ లో ఈ మార్పులు లేనట్టే ఉన్నాయి. అక్కడ హిందీ, ఆంగ్లము, సంస్కృతమే ప్రధానమైన బోధనా, ప్రధమ, ద్వితీయ భాషలుగా ఉన్నాయి. ఈ విద్యాలయాలు ఏ రాష్ట్రంలో ఉన్నప్పటికీ ఇవే భాషలు. మరి ప్రాంతీయ భాషలైన భారతీయ భాష ఉనికి అస్తిత్వాలు ఏమిటి? డిగ్రీ స్థాయిలో నాలుగు సెమిస్టర్స్ లో ఉన్న ప్రాంతీయ భాషలు క్రమంగా ఒక్క సెమిస్టర్ కే పరిమితమైనవి. మరి ఆయా భాషలు బోధన చేస్తున్న అధ్యాపకులకు ‘వర్కులోడ్’ ఎలా? నాలుగంచెల విద్యా విధానంలో పేర్కొన్న ‘ఆరు’ లక్ష్యాలు వెనుక భారతీయ భాషల ప్రాధాన్య క్రమాన్ని సహితం డాక్యుమెంట్ సమగ్రంగా వివరించడం లేదు. డిగ్రీస్థాయిలో మేజర్, మైనర్ అనే సబ్జెక్టులు విభజన, సర్టిఫికెట్ కోర్సు, డిప్లమో, నాలుగేళ్ల తర్వాత విద్యార్థికిచ్చే ధ్రువపత్రం, ఆ తదుపరి పీ.జీ. ఒక్క సంవత్సరం చేస్తే సరిపోతుందని నూతన విధానంలో భారతీయ భాషలను సమగ్రంగా, సంపూర్ణంగా విద్యార్థి ఎలా నేర్చుకోగలుగుతాడు. తదనంతరమైన విద్యార్థికి ఉపాధి అవకాశాలను ఎలా విస్తృతం చేయగలుగుతారు అనే

ప్రశ్నలున్నాయి.

భాషాప్రయుక్త రాష్ట్రాలలో భారతీయ భాషలకే ప్రాధాన్యం ఉంది. ఆ ప్రాంత ప్రజలు (విద్యార్థులు) ప్రాధాన్యత 'తమ ప్రాంతీయ భాష'కే ఇస్తారు. దక్షిణాది రాష్ట్రాలే ఇందుకు ఉదాహరణ. మరి భారతీయ భాషలుగా రాజ్యాంగం చెబుతున్న 22 భాషలకు నూతన విద్యా విధానం లక్ష్యాలు, మార్పులు అమలు ఎలా అనేది కొంతకాలమైతే కానీ తెలియదు. వేచి చూడవలసిందే. ముఖ్యంగా చాలా రాష్ట్రాలలో వైజ్ఞానిక, సాంకేతిక, వైద్యశాస్త్రాలకు సంబంధించిన పుస్తకాలు ప్రధానంగా హిందీ, ఇంగ్లీషులోనే దొరుకుతున్నాయి. వీటిని పూర్వపక్షం చేసి విశ్లేషించుకుంటే భారతీయ భాషలలో అవి అలభ్యం. ఆంగ్లేయులు రాక తర్వాత మేధావి వర్గం ఆంగ్లానికే ప్రథమ స్థానమిచ్చింది. మంచిదే... కానీ... ఆ దిశగా మృత భాషలైన కొన్ని వేల మాతృభాషల పరిస్థితి ఏమిటి? ప్రస్తుతం భారతీయ భాషలనుకుంటున్న 22లో నూతన విద్యా విధానంలోని కొత్త మార్పులను ఏ మేరకు రక్షణ, శిక్షణ, భవిత ఉంటుందో కూడా కాలమే చెప్పాలి.

అయితే ప్రతిదీ వ్యతిరేక దిశలో ఆలోచించడం కూడా తప్పే. వెలుగునిచ్చే సూర్యుడు కూడా కొంత సమయం చీకటిలో ఉండవలసిందే. అదేవిధంగా 'నూతన విద్యా విధానం'(NEP)లో పొందుపరచిన 6 లక్ష్యాలు వెనుక భారతీయ భాషల ఉనికి, అస్తిత్వాలు, ప్రయోజనాలు కాపాడే అంశాలున్నాయి. టీచర్ గైడ్ 2023లో పేర్కొన్న దాని ప్రకారం **'నిర్బంధ పాఠశాల విద్య'ను 6-14 సంవత్సరాలు నుంచి 3-18 కి మార్చారు. 12 సంవత్సరాల అధికారిక విద్య మరియు మూడు సంవత్సరాల అంగన్వాడి ప్రీస్కూల్ విద్య ఉంటుంది.** మరో ముఖ్యమైన అంశం ఏమిటంటే మాతృభాషను బోధనా మాధ్యమంగా నొక్కి వివరిస్తుంది. (మాతృభాషను తప్పనిసరి కాకుండా బోధనా మాధ్యమంగా ఉపయోగించాలని NEP చెబుతుంది) **పాలసీ పేపర్**

ప్రకారం పిల్లలు వారి మాతృభాషలో 'చిన్న విషయం' కానీ అంశాలను వేగంగా నేర్చుకుంటారు. ఇంటి భాష, మాతృభాష, ప్రాంతీయ భాష గ్రేడ్ 5 వరకు బోధనా మాధ్యమంగా ఉపయోగించబడుతుంది. అయితే గ్రేడ్ 8 వరకు కూడా ఆచరణ సాధ్యమైన చోట ఒక భాషగా బోధించబడుతుంది. ప్రభుత్వం, ప్రైవేటు విద్యాసంస్థలు తప్పనిసరిగా దీనిని అనుసరించాలనే నియంత్రణను NEP చెబుతుంది. ఇది సంతోషించదగ్గ అంశం. అస్పష్టమైన శాస్త్రాల పట్ల ఓ స్పష్టమైన అవగాహన, పాఠశాల పాఠ్యాంశాలలో అనుభవ పూర్వకమైన అభ్యాసం, విద్యను అంతర్జాతీయ స్థాయిలో నవీకరించడం వంటివి ఇందులో ఉన్నాయి. ఏది ఏమైనా నూతన విద్యా విధానం (NEP) భారతీయ భాషల పట్ల ఎటువంటి స్పష్టతతో ఉన్నది, సాధ్యాసాధ్యాలేమిటి అనేది కార్యక్రమంలో తెలుస్తుంది అనుకోవాలి.

జానపద సాహిత్య రాజు - ఆచార్య బిరుదురాజు

అచ్చమైన తెలుగుదతనానికి ప్రతీక ఆయన ఆహార్యం. పల్లెవాటు పదాలకు ఆయన పరిశోధన ఓ ఆటపట్టు. ఆయన రచనలు జానపద సాహిత్య ప్రతిబింబాలు. జానపద సాహిత్య రారాజు అని ఆయనకు మరోపేరు. ఆయనే ఆచార్య బిరుదురాజు రామరాజు. జానపద సాహిత్యంపైన దక్షిణ భారతదేశంలోనే మొదటిగా పి. హెచ్.డి. పట్టా పొందిన ఘనత రామరాజుగారిది. 1925 ఏప్రిల్ 16వ తేదీన హనుమకొండ జిల్లా దేవనూరు గ్రామంలో లక్ష్మీ దేవమ్మ, నారాయణరాజు దంపతులకు జన్మించారు. పెంచినవారు బిరుదురాజు లలితమ్మ, రామరాజు. దేవునూరు వీధి బడిలో, మడికొండ ప్రైమరీ, హనుమకొండలో ఇంటర్మీడియట్, 1949లో హైదరాబాద్ నిజాం కళాశాలలో డిగ్రీ, ఎం.ఏ. ఉస్మానియా విశ్వవిద్యాలయం, 1956లో పరిశోధన పట్టా అందుకున్నారు. 1966లో ఎం. ఏ సంస్కృతంలో పూర్తి చేసారు. సివిల్ సర్వీసులో ఉత్తీర్ణుడై పంచాయితీ అధికారిగా ఎన్నికయ్యారు. సురవరం ప్రతాపరెడ్డిగారి సూచనల మేరకు ఉద్యోగంలో చేరకుండా జానపద సాహిత్యంపై పరిశోధనలు చేసారు. “జానపద గేయ సాహిత్యమున తొలుదొలుత నాకభినివేశము కలిగించినవారు జానపదులే. మాయూరు పొలము నాటులప్పుడు, వరికోతలప్పుడు, మోటతోలునప్పుడు, పిండి విసురునప్పుడు పల్లీయులు పాడినప్పుడును,

తెల్లవారుజామున మానాయినమ్మగారు నన్నొడిలో కూర్చుండబెట్టుకొని మేలుకొలుపులు పాడినప్పుడు నా చెవులు గింగురుమన్న పాటలు, మాటలు నన్నధికముగా ఆకర్షించినవని" ఆయన స్వయంగా రాసుకున్నారు. అచ్చమైన పల్లె సంస్కృతికి, ప్రజా జీవనానికి జానపదం మూలమని ఆయన భావన. పరిశోధనా సమయంలో ఆయన పడినన్ని ఇక్కట్లు బహుశా మరే ఇతర పరిశోధకులు పడి ఉండరు. రవాణా సౌకర్యాలు అంతగా లేని ఆ రోజులలో కాలినడకన మైళ్ళ కొద్ది నడిచేవారు. మారుమూల పల్లెలకు వెళ్ళి గ్రామీణులను కలుసుకొని, వారి పాటలు వింటూ రాసుకొనేవారు. శ్రమపడి ఎన్నో ప్రాంతాలు తిరిగి, మరుగున పడిన పాటలను సేకరించి, పరిశీలించి, అధ్యయనం చేసి పరిశోధించి వాటికి సమగ్ర రూపాన్నిచ్చిన విరించి- బిరుదురాజు రామరాజు. ఆ జానపద సాహిత్య విజ్ఞాన పరిశోధనలో ఆయన చూపిన మార్గం ఎందరికో అనుసరణీయం. మరెందరికో పరిశోధనాంశం అయింది.

ఆచార్య బిరుదురాజు రామరాజు స్వాతంత్ర్యోద్యమంలో ఎంతో క్రియాశీలకంగా పనిచేసారు. మెట్రిక్ చదివే రోజులలో పదకొండవ ఆంధ్ర మహాసభల సందర్భంగా మహాత్మాగాంధీ వరంగల్లు వచ్చినప్పుడు ఆయనతో కలిసి పాదయాత్ర చేసారు. నిజాం వ్యతిరేక ఉద్యమంలో చురుకుగా పని చేసారు. స్టేట్ కాంగ్రెస్ ఉద్యమంలో పాల్గొని 1947లో జైలుశిక్ష అనుభవించారు. కాళోజి, హయగ్రీవాచారి, ముదిగొండ సిద్ధ రాజలింగం, జమలాపురం కేశవరావు తదితరులతో కలిసి రజాకార్ల వ్యతిరేక ఉద్యమంలో పాల్గొన్నారు. 1947-50 మధ్యకాలంన నిజాం కళాశాలలో తెలంగాణా విద్యార్థి సంఘానికి అధ్యక్షుడిగా ఎన్నికయ్యారు. స్నాతకోత్తర విద్యార్థిగా ఉన్న సమయంలో సి. నారాయణరెడ్డిగారితో కలసి కొంతకాలం రామనారాయణ కవులనే పేరుతో జంటకవులుగా కవిత్వం

రాసారు. మాడపాటి హనుమంతరావు స్థాపించిన ఆంధ్రసంఘంనకు అధ్యక్షుడిగా చేసారు. తెలంగాణా రచయిత సంఘం మొదటి కార్యదర్శి బిరుదురాజు రామరాజుగారు.

ఆచార్య బిరుదురాజు రామరాజు 1951లో ఉస్మానియా విశ్వవిద్యాలయంలో ఉపన్యాసకులుగా చేరారు. 1957-1973 ల మధ్య అంచెలంచెలుగా ఎదిగి తెలుగుశాఖ డీన్ గా వ్యవహరించారు. 1967-1974ల మధ్య వరంగల్ స్నాతకోత్తర కేంద్రంలో పనిచేసారు. ఈయన మార్గదర్శకత్వంలో 37మంది పరిశోధనా పట్టాలందుకున్నారు. కేతవరపు రామకోటిశాస్త్రి, కోవెల సుప్రసన్నాచార్య, ముదిగొండ వీరభద్ర శాస్త్రి, అక్కిరాజు రమాపతిరావు, అనంతలక్ష్మి, రవ్వా శ్రీహరి తదితర ప్రముఖులు ఈయన పర్యవేక్షణలో పట్టాలందుకున్నవారే. 1983లో పదవీ విరమణ చేసారు బిరుదరాజు. తెలుగువీరుడు, వీరగాథలు, తెలుగు జానపద సాహిత్యము, మరుగునపడిన మాణిక్యాలు, ఉర్దూ-తెలుగు నిఘంటువు, ఆంధ్ర యోగులు (ఆరు సంపుటాలు) యక్షగాన వాఙ్మయము, తెలంగాణ పిల్లల పాటలు, తెలంగాణా పల్లెపాటలు, తెలుగు జానపద రామాయణం వంటి పెక్కు రచనలు చేసారు. 1953లో ఒక పూజారిని కలిసిన తరువాత తాళపత్ర గ్రంథాలయొక్క దీనస్థితిని చూసి చలించిపోయి దేశవ్యాప్తంగా పర్యటించి వాటిని పరిశోధించి సేకరించాలనుకున్నారు. ఇందుకోసం సంస్కృతం ఎం.ఏ. చేసారు. శరత్ చంద్ర, ప్రేమ్ చంద్ లను తొలిసారిగా తెలుగులోనికి అనువదించారు. ఆచార్య బిరుదురాజు రామరాజు గారికి ఎన్నెన్నో పురస్కారాలు లభించాయి. 1994లో పొట్టి శ్రీరాములు తెలుగు విశ్వవిద్యాలయం గౌరవ డాక్టరేట్ ను ప్రధానం చేసింది. 2006-2007 విశిష్ట పురస్కారంను అందించింది. 1995లో భారత ప్రభుత్వం నుండి

నేషనల్ ప్రొఫెషనల్ షిప్ అందుకున్నారు. 2003లో రాజాలక్ష్మి, 2009 లో సి.పి. బ్రౌన్ అకాడమీ 'తెలుగు భారతి' పురస్కారం స్వీకరించారు.

అత్యుత్తమ స్థాయి కీర్తి పొందిన భారతీయ రచయిత, జాతీయవాది. బహుభాషా కోవిదులు. తెలుగు జానపద అధ్యయన 'బైబిల్'గా ఖ్యాతినొందిన 'తెలుగు జానపద గేయసాహిత్య' గ్రంథకర్త ఆచార్య బిరుదురాజు రామరాజుగారు ఫిబ్రవరి 8, 2010 లో మరణించారు. ఆయన రచనలు... చిరః యశో చంద్రికలు.

సామాజిక సమరసత – సంక్రాంతి

సనాతన భారతీయ ఆర్షధర్మం ఎంతో విశిష్టమైనది. ఈ నేపథ్యాన్ని బలంగా విశదీకరించే రామాయణ, భారత, భాగవత, గీతలు హైందవ సంస్కృతి సంప్రదాయాల అనుబంధాలకు ప్రతీకలుగా నిలిచాయి. హైందవ ధర్మంలో వర్ణ వ్యవస్థలో ఉందనేవారు వాటిని కూలంకషంగా అధ్యయనం చేయలేదని అనుకోవచ్చు. (చదవటం వేరు.) ఉదాహరణకు 700 శ్లోకాలున్న గీత ద్వితీయాధ్యాయం, సాంఖ్యయోగంలో ఉన్న క్రింది శ్లోకాల భావాలను తెలుసుకుంటే భగవంతుని వచనాల వెనుక లోతైన సమాజ ఏకతా సూత్రాన్ని ఆర్యులు ఎలా అంగీకరించారో అర్థమవుతుంది.

కుతస్త్వా కశ్మలమిదం విషమే సముపస్థితం
అనార్యజుష్ట మస్వర్గ్య మకీర్తికరమర్జున
క్లైబ్యం మాస్మ గమః పార్థ! నైతత్త్వయ్యుప పద్యతే
క్షుద్రం హృదయ దౌర్బల్యం త్యక్త్వోత్తిష్ట! పరంతప

విషమ సమయంలో మనో మాలిన్యం తగదని ఆర్యులు దానిని తిరస్కరిస్తారని, అది అపకీర్తియని, క్లైబ్యత్వం, క్షుద్రమైన హృదయ దౌర్బల్యం పరిహార గేయాలని ఆ విధంగా జనంలో సామాజిక మార్పులకనుగుణంగా పరిణితితో కూడిన

ప్రవర్తన అవసరమని వివరణ.

ఈ సందర్భంగా రానున్న సంక్రాంతి పండుగను సామాజిక సమరసత దృక్కోణం నుంచి పండుగను పరిశీలించవలసిన అవసరముందనిపిస్తుంది. సామాజిక సమరసత అనేది వర్తమానంలో ఓ సామాజిక అవసరం. సమైక్యతా సూత్రం స్వాతంత్ర్యం వచ్చి ఎన్ని సంవత్సరాలయిందనే అంశాన్ని ప్రక్కన పెట్టి మన సంప్రాదయ పండుగలు మనకిచ్చే సమరసతా సందేశ సారాన్ని ఆకళింపు చేసుకోవలసిన అవసరముందని తెలుసుకోవాలి. పండుగల వెనుక శాస్త్రీయ దృక్కోణంతోపాటు సమాజానికి అవసరమైన కుల, మత, జాతి వర్గ రహిత సమసమాజ నిర్మాణ అవసరం ఉందని తెలుసుకోవాలి. వర్తమానంలో ఆచరించాలి కూడా. ప్రతీ పండుగ ప్రజలకు ఓ మహత్తరమైన ప్రబోధం చేస్తుంది. భారతీయులే కాదు, ప్రపంచమంతా ఎంతో ఘనంగా వేడుకగా చేసుకునే పెద్ద పండుగ సంక్రాంతి.

సంక్రాంతి అంటే నూతన క్రాంతి. క్రాంతి అనే పదం గొప్ప అభివృద్ధికి నాంది వాచకం. సూర్యుడు మకర రాశిలో ప్రవేశించే వేళ ఏర్పడే సంక్రమణమును మకర సంక్రాంతి అంటారు. పన్నెండు రాశులలో సూర్యుడు ప్రవేశిస్తే పన్నెండు సంక్రాంతులు వస్తాయి. అంటే ప్రతీ మాసం ఒక సంక్రాంతి వస్తుంది. ఎంతటి సమరసతా భావమో కదా! సైన్స్, శాస్త్రం, సౌర గమనం, ఖగోళ శాస్త్ర రహస్యాలు వెనుక గొప్ప ఆరోగ్య, జాతి, ఆధ్యాత్మికత వివరణ ఉంది. సగం సగం తెలుసుకొని, అజ్ఞానంతో పండుగలను నిందించే వారే కుల, మత, జాతి అడ్డు గోడలు కట్టి, చెత్త కబుర్లు చెప్పి మతం పైన ద్వేష భావాలు పెంచుతారు. పెంచుతున్నారు. సౌరమాన కాలెండర్ తో సంక్రాంతి ప్రారంభమవుతుంది. సూర్యుడు 'మకర రాశి' లోనికి వస్తే మకర సంక్రాంతి. ఇక్కడ నుంచి ఉత్తరాయణం ప్రారంభం శారీరక శ్రమకు, పూజలు, సాధనాలకు ఇది ఆవశ్యము. అనువైన కాలము. ఇది ఆయుర్వేద శాస్త్ర ప్రకారం 'సమస్త జాతులకు'

ఎంతో ఆనందాన్ని, తద్వారా ఆరోగ్య సూత్రాలను వివరించే కాలం. ఇక్కడ జాతి, కులమనే తేడా లేదు. పశు, పక్షి, మనుష్యులంతా ఒక్కటే. సంక్రాంతి అంటే 'సంక్రమణం' (చేరుట అని అర్థం). 'జయసిమ్హ కల్పద్రుమం' అనే గ్రంథంలో 'సంక్రాంతి' ని గురించి సమగ్రమైన అంశాలను అధ్యయనం చేస్తే అటు 'సామాజిక' ఇటు స్వీయ సమరసత భావనలకు తగినన్ని పరోక్ష శాస్త్ర ఋజువులు లభ్యమవుతాయి. కాని... వర్తమాన తరానికి ఈ మేలు చేసేవారేరి? సంక్రాంతి వెనుకనున్న అదృశ్య, అవసరార్థ వైషమ్యాలు వద్దనే నీతి బోధ చేసే వారెవరు. ఇందుకోసమే 'సమరసత వేదిక' కృషి చేస్తున్నది.

సంక్రాంతి మూడు రోజుల పండుగ. కొందరు నాలుగు రోజులు చేస్తారు. కులమతాలకతీతంగా అందరూ వారి వారి పరిధి మేరకు పండుగను ఆనందంగా జరుపుకుంటారు. నాలుగు రోజులు పండుగలు అనగా భోగి పాత చెత్తను తగల పెట్టే విధంగా మంట (భోగి మంటలను) వేయటం. 'సంక్రాంతి' 'సం-క్రాంతి' ఓ కొత్త పథం వైపు ప్రయాణం. చేతి కొచ్చిన పంటలు, డబ్బు, ఆడపిల్లలు, అల్లుళ్ళూ, క్రొత్త బట్టలు, కోడి పందేలు, పిండి వంటలు, పిల్లల కేరింతలు, కుటుంబాలు, తద్వారా 'సమాజాలతో' సమరస భావనలు వెల్లి విరుస్తాయి. ప్రభల తీర్థాలు, జాతరలు ఎక్కువగా జరుగుతాయి. ఈ సందర్భంలో కుల'వర్గ'లుండవు. కలసి మెలసి పండుగ, తీర్థం జరుపుకోవటమే. ఇదే సమరసతకు అర్థం. 'కనుమ' రైతుల పండుగ. ముక్కనుమ- పశువులను గౌరవించుకొని పూజించే పండుగ. ఆలోచిస్తే... నాలుగు పండుగలు అటు పితృ దేవతలకు, ఇటు అందరిని కలుపుటకు పోతుంటే కన్నుల పండుగ చేసే సంబరాలు. ఇదే 'సమరసత'.పండగల అనంతరం రాజకీయ, వ్యక్తిగత ద్వేషాలకు అవసరాలకు వేదికలుగా ఎందుకు మార్చుకోవటమనేది ఆలోచన చేయాలి.

'సంక్రాంతు'లలో వివిధ 'సంక్రాంతు' లను ఇటు వన్యాంధ్ర, అటు తమిళనాడులలో చేసుకుంటారు. అసలు 'పొంగల్' (అనేది తమిళుల ప్రసిద్ధ వంటకం) నుంచి పొంగల్ (పండుగ) అనేది వచ్చిందనేది మరో వాదన. మకర సంక్రాంతి, మహా వైషువ సంక్రాంతి, విష్ణు పది సంక్రాంతి, ధను సంక్రాంతి, కర్కాటక సంక్రాంతి. వీటి వెనుకనున్న సమరసతా భావ విశేషాంశాలను గమనించుకుంటే సామాజిక సమరసత అందరూ జరుపుకునే సంక్రాంతి, నేపథ్యంలో గణన చేయవచ్చు. ఏది ఏమైనా ఈ పండుగనేది గొప్ప 'సామాజిక సమరసతే' కార్యకర్త అనటంలో సందేహం లేదు.

సోమేశ్వర క్షేత్ర మహాత్మ్యం-ఆధ్యాత్మికాంశములు

ఒక ప్రదేశం యొక్క భౌతిక, భౌగోళిక, చారిత్రక, సామాజిక, ఐతిహాసికాంశములను తెలుసుకొనేందుకు అనేకమైన అంశాలు దోహదమవుతాయి. చరిత్ర, శాసనములు, నాణెములు, నదులు, మహా కట్టడాలు... నాగరికతా చిహ్నాలు, మతపరమైన వివిధ సామగ్రి ఇలా కొన్నింటిని చారిత్రక పరిశోధకులు పేర్కొన్నారు. ముఖ్యంగా నాగరికత ప్రారంభమైన దశలో మనిషి 'నదీమ తల్లులను' పూజించుకున్నాడు. అవి తమ ప్రాణదాతలుగా చెప్పుకున్నాడు. గౌరవించుకున్నాడు. జనావాసాలు ఏర్పరుచుకున్నారు. క్రమేపి 'జన విస్ఫోటనం' జరిగిన వేళ ఆయా ప్రదేశాలు 'చరిత్ర శకలాలు'గా మిగిలిపోయాయి. ఎన్నెన్నో ప్రఖ్యాతమైన దేవాలయాలు, వాటి చుట్టూరా పునఃనిర్మించుకున్న నాగరికత చిహ్నాలు కాలగర్భంలో కలిసిపోయినా, నాటి రాజులు వేసిన శాసనాలు, నిర్మించిన దేవాలయాలు, గిరులు, దేవరులు, దేవళాలు, నదులు మిగిలిన చరిత్రను నేటికి గుర్తు చేస్తున్నాయి. వీటిని తమదైన శైలిలో విస్తృతమైన పరిశోధనా పటిమతో వెలుగులోకి తెచ్చి నాటి, నేటి, రేపటి తరాలకందించిన రచయితలు, చారిత్రక పరిశోధకులు ఎంతో కృషి చేసారు. వారి కృషి కొన్ని సందర్భాలలో 'సమాజం' దాచుకోలేకపోయింది. తరువాత తరాలవారు తమ పూర్వీకులు చేసిన 'స్థల పురాణ, సామాజికాంశాల 'ఆధార గ్రంథాలను' ముద్రించు'కోలేక, శిథిలావస్థకు చేర్చారు. ఇది విచారించదగ్గ అంశం.

అటువంటి కోవకు చెందిన సుప్రసిద్ధ కవి, రచయిత, చరిత్ర పరిశోధకులు డా॥కపిలవాయి లింగమూర్తిగారు. ఈయన ఎన్నో రచనలు చేసారు. కాని... లభ్యమవుతున్నవి కొద్దిగానే ఉన్నాయి. నేటి తరం ఈయనపైన విరివిగా పరిశోధనలు చేయాలన్న అవకాశాలు తక్కువగానే ఉన్నాయి. వీరి రచనలు ఎన్నో ఉన్నాయి. సంఖ్యాపరంగా 'శతకాని'కి పైగానే ఉన్నా, అందుబాటులో ఉన్నవి 'దశ'కం కూడా లేవు. ఇది శోచనీయం. ప్రఖ్యాత దేవాలయాల చరిత్ర గ్రంథస్థం కాకపోవటం వలన అనేకానేకమైన అంశాలు చరిత్ర గర్భంలో కలిసిపోయాయి.

డా॥ కపిలవాయి లింగమూర్తి గారి రచనలలో చారిత్రక భూమిక, సామాజిక నేపథ్యమున్న రచన 'సోమేశ్వర క్షేత్ర మాహాత్మ్యం' ఒకటి. కపిలవాయి లింగమూర్తిగారు మార్చి 31, 1928న తెలంగాణ రాష్ట్రములోనున్న పాలమూరులో జన్మించారు. కవి, రచయిత, సాహితీ పరిశోధకుడు, పద్యరచనతో ప్రారంభమైన ఆయన సాహితీ ప్రస్థానం కథా రచన, విమర్శ ప్రక్రియలతో వెలుగులోకి వచ్చింది. జానపద సాహిత్యం, పాలమూరు దేవాలయాలపైన విస్తృతమైన పరిశోధనలు చేసారు. ఈయనకు 'కవి కేసరి' అనే బిరుదు ఉంది. తెలంగాణ రాష్ట్రం ఏర్పడ్డ తరువాత తెలుగు విశ్వవిద్యాలయం నుంచి డాక్టరేటు అందుకున్న తొలి వ్యక్తి శ్రీ కపిలవాయి లింగమూర్తిగారు. 2016లో తెలంగాణ రాష్ట్ర ఆవిర్భావ పురస్కారం అందుకున్నారు. వెంకటాచలం, మాణిక్యమ్మ ఇతని తల్లిదండ్రులు. తొమ్మిది పదుల వయసులో 2018 నవంబర్ 6న మరణించారు.

'సోమేశ్వర క్షేత్ర మహాత్మ్యం' రచనలో లింగమూర్తిగారు చక్కని 'వ్యాస రచనా' సంప్రదాయంలో చదువరికి అసలు 'విషయాలను' సమగ్రంగా చెబుతూనే 'క్లుప్తమైన' పద్ధతిని వివరించడం అతని కలం నైపుణ్యంగా చెప్పవచ్చు. 'సోమేశ్వర క్షేత్రం' ఎలా ఆవిర్భావం జరిగింది అనేందుకు అనేక ఐతిహాసిక చరిత్రలుతోపాటు, కృష్ణానది

అవతరణ, దాని చుట్టూ ఉన్న అనేకానేక ప్రాంతాలు, వాటిని అనుసంధానం చేసే వ్యాఖ్యానాలు, ఉపాఖ్యానాలును జోడించిన విధానం 'వ్యాసం' చదువుతున్నట్టు కాకుండా ఓ పరిశోధనాత్మకమైన 'దృశ్యకావ్యం' ఆవిష్కరించినట్టుగా ఉంటుంది. 'పురాణ తృష్ణ'తో మొదలైన రచన 'సోమశిలలో జరుగవలసిన నిర్మాణాలు' (ఈనాటికి కాదు) వంటి శీర్షికలతో ఎంతో విజ్ఞానదాయకంగా ఉంటుంది. 'రీడబిలిటి' అనేది ఈ రచన యొక్క ప్రాణం. బ్రహ్మర్షిగా పేరు పొందిన వశిష్టునితో విశ్వామిత్రునికున్న జగడం దాదాపుగా అందరికి తెలుసును. బ్రహ్మ, ఇంద్రాదులు వద్దకు వెళ్ళి విశ్వామిత్రుడు తనను 'బ్రహ్మర్షి'గా గుర్తించమని కోరుతాడు. వారు వారి యొక్క షరతులును చెబుతారు. వాటిని నిర్వహించడంలో విశ్వామిత్రుడు తన అసహాయతను తెలుసుకుంటాడు. వశిష్టుడు ఎంతో చాకచక్యంతో వారిరువురు అడిగిన వాటిని నిర్వర్తిస్తాడు. అప్పుడు విశ్వామిత్రుని కర్థమవుతుంది. ఎలాగైనా వశిష్టుణ్ణి అవమానించవలెనని భావించిన విశ్వామిత్రుడు సూర్యవంశంలో ఏబదవ మహారాజు 'మిత్రసహుడు'. పురాణాలలో అతడడు కల్మషపాదుడుగా ప్రసిద్ధుడు. ఈ సంగతి తెలిసిన విశ్వామిత్రుడు అతనిని ఒక పనిముట్టుగా వాడుకొని వశిష్టుని వద్దకు పంపి 'మాంసాహారం' సిద్ధం చేయమని చెప్పి పంపుతాడు. అయితే ఇక్కడ విశ్వామిత్రుడు 'మాంసాలల్లో' నరమాంసం శ్రేష్టమని చెప్పి... దానికి 'మహా మాంసమని' పేరు పెట్టి వశిష్టుని ఏమార్చటం జరిగింది. వశిష్టుడికి భోజన సమయంలో ఆలోచన వచ్చి తన దివ్య దృష్టితో చూడగా విశ్వామిత్రుని కుట్ర అర్థమవుతుంది. అతడిని 'కుష్టువ్యాధిగ్రస్తుడివి కమ్మని' శపిస్తాడు. ఆ జబ్బుతో వేగలేక సముద్రంలో పడి మరణిద్దామనుకుంటాడు. కాని... సముద్రుడు కూడా అతనిని కనికరించడు. శాప విమోచనం కోసం సముద్రున్ని కోరగా అతడు కృష్ణానదిలోనున్న చక్రతీర్థ మహాత్మ్యాన్ని వివరించి దినం దినం స్నానం

చేయమంటాడు. ఆ తరువాత మరింత కథ జరిగిన తరువాత ఊర్వశి కోరకతో విశ్వామిత్రుడు విశ్వకర్మతో శ్వేతశిఖరిపైన నిర్మించిన పట్టణమే 'సోమశిల' అంటారు. అక్కడ చంద్రుడు ప్రభువై పుట్టి తమ ఇష్ట దైవమయిన శివుని పార్వతీదేవితో సహ ప్రతిష్టించుకొని పూజించుకున్నాడుట. ఆ దేవుని సోమేశ్వరుడు, ఉమతో కూడిన ఈశ్వరుడు కనుక సోమేశ్వరుడనే పేరు కలిగిన క్షేత్రంగా (సోమేశ్వరంగా) ప్రసిద్ధి పొందింది. ఈ ఆలయంను సోమనాధుడనే రాజు నిర్మించాడని చెబుతారు. నాటి సోమేశ్వరమే 'సోమశిల'గా మారిందనేది చరిత్ర కథనం.

మొత్తం ఈ కథనంలో కొన్ని సామాజికాంశములున్నాయి. చరిత్ర పురాణాల నేపథ్యంను కలిగి ఉంటాయి. పురాణాలలో మానవ ప్రవృత్తి, సామాజిక వైచిత్రిలను 'చరిత్ర'గా చెప్పుకునే క్రమంలో వ్యక్తుల చరిత్రలోని 'మంచిచెడులు' 'ఈర్ష్యాసూయలు' ఏవిధంగా సమాజాన్ని ప్రభావితం చేస్తాయో తెలుస్తుంది. రాజులు, ఋషులు, దేవుళ్ళు వారియొక్క మనస్తత్వ చిత్రణ వంటివి ఆకారవికారాలతో ప్రజలను 'మంచి' 'చెడు'లను చేస్తాయి. వశిష్టుని గొప్పతనం, విశ్వామిత్రుని 'అసూయ' చివరకు వాటి పర్యవసానాలు నేటి 'సోమశిల'. చరిత్రకు వర్తమానతరంలో ఆ కథ నేపథ్యంలో జరుగుతున్న వాస్తవిక అంశాలను చరిత్రగా మాత్రమే పరిగణించడం సాధ్యంకాదు. మనుషుల మనో వైకల్యాల కథలుగా పేర్కొనవచ్చు. నేటికి అవన్ని పురాణ అవశేషాలుగా ఉన్న 'మనిషి' కథలకు అవి కూడా ఆనవాళ్ళే...! 'సోమశిల' అభివృద్ధి వెనుక ప్రభుత్వాల, ప్రజల కృషి ఉండవచ్చు. కాని... దశాబ్దా చరిత్ర యొక్క సామాజిక దృక్పథంను కూడా వివరించటం కపిలవాయి వారి గొప్పతనం. ప్రతీ అధ్యాయంలోనూ అంతర్లీనంగా సామాజికాంశాల పరామర్శ ఉంది. అవన్ని పురాణ కథలుగా వివరిస్తూనే, వాటి నుంచి 'తెలుసుకోవలసిన' విషయ పరంపరను తద్వారా 'మనిషి' ఎదుగుదలను అంతర్గతంగా వివరించే క్రమాన్ని 'పాఠకుడు' తెలుసుకోవాలి.

ఒకనాటి సాహిత్యంలో ‘క్షేత్రమాహాత్మ్యం’ కథలు అనేకం వచ్చాయి. తరువాతకాలంలో ‘విజయాలు’గా మారాయి. క్రమేపి సామాజిక స్థితిగతులు, ప్రజలు మనోభావాలు, వృత్తి విధివిధానాలు, పరిపాలన, ఆర్థికాంశాలు సాహిత్యానికి వస్తువులయాయి. ఈ క్రమపరిణామ క్రమాన్ని శ్రీ కపిలవాయి లింగమూర్తిగారు తమ రచనల్లో ప్రతిబింబింపజేశారు. రచనల్లో (చరిత్రకు సంబంధించినవి) ‘సమాజం’ చిత్రణ లేదా వివరణకు ‘శాసనాలు’ కూడా స్థిర ఆధారాలే... కనుకనే ఈ రచనలో లింగాల శాసనం (క్రి.సం.1090-1168- తాండ), గంగాపుర శాసనం (ఇది కన్నడ శాసనం. 1015-45 కాలంనాటి చాణుక్య ప్రభువు జగదేకమల్లు నిధి), సోమశిలా శాసనం (ఇది కన్నడ శాసనమే. పశ్చిమ చాణుక్య ప్రభువు ఆరవ సోమేశ్వరునిది), దర్గా శాసనం (1020-1602 తావీజ్ మజార్ సయ్యిద్ కమాలుద్దీన్ దామాద్ ఇబ్రహం కుతుబ్ షాహి). ఈ రచన ద్వారా లింగమూర్తిగారు కృష్ణానదీ పరీవాహక ప్రాంతంను గురించి ఎన్నెన్నో సామాజిక, చారిత్రక, దేవాలయాల అంశాలు వెలుగులోనికి తెచ్చారు. ఆయన శ్రమ, విద్యా పిపాసలను ఈ పుస్తకం తెలియజేస్తుంది. రచన చివర్లో ద్వాదశ జ్యోతిర్లింగాలు, అష్టాదశ శక్తిపీఠాలు వివరాలు ఇచ్చారు.

శ్రీ కపిలవాయి లింగమూర్తిగారు ‘సోమేశ్వర మాహాత్మ్యం’ ఎన్నెన్నో చారిత్రక అంశాల అంతర్గత విషయ వివరణతో సామాజికపరమైన అంశాలను చర్చకు తెచ్చారు. ఇవన్నీ వర్తమాన తరానికి అందవలసిన అవసరం ఉంది. అది ఇటువంటి సదస్సులు వలన సాధ్యమవుతుంది.

తెలంగాణా సాహిత్యంలో దేవాలయాలు

''ప్రతి కల్పంలోనూ ఈ సృష్టి అంతా మళ్ళీ క్రొత్తగా ఏర్పడుతుంది. అప్పుడు దాన్ని బ్రహ్మ మొదటి కల్పంలో ఏ విధంగా ఉండేదో అనగా భూగోళంపై మహా సముద్రాలు, పర్వతాలు, నదులు, ద్వీపాలు, పుణ్యవనాలు అన్నీ మళ్ళీ మొదటి వలెనే రచిస్తుంటాడు. విష్ణువు కూడా పూర్వ కల్పకంలో వలనే అవతారాలు ధరిస్తుంటాడు. రామాయణం, మహాభారతాది ప్రసిద్ధి ఇతివృత్తాలన్నీ మరల మరల ప్రవృత్తమౌతూనే ఉంటాయని ''బ్రహ్మాండ పురాణం చెబుతుంది. డా॥కపిలవాయి లింగమూర్తిగారు 'సోమేశ్వర మహాత్మ్యం'లో వ్రాసిన ఈ వ్యాఖ్యానం తెలంగాణా దేవాలయాల సాహిత్యానికి వర్తిస్తుందనే అనుకోవాలి. తెలంగాణా సాహిత్యంలో చారిత్రకాంశములతో ఎన్నో గ్రంథాలు వర్తమానంలోనూ అలభ్యములే. కేవలం కొన్ని మాత్రమే లభ్యమవుతున్నాయి. సాంకేతికాభివృద్ధి చెందిన వర్తమానంలో ఈ సాహిత్యాన్ని 'డిజిటలైజ్' చేసి, భావితరాలకు అందించవలసిన ఆవశ్యకత ఉందనిపిస్తుంది. దేవాలయాలు, క్షేత్రమహాత్మ్యాలు, శాసనాలు వంటి అంశాలపైన తెలంగాణా సాహిత్యంలో పొదిగిన తీరు, ఆయా రచయితల శ్రద్ధ ఆశ్చర్యపరుస్తుంది. ఈ సాహిత్యంలో భాషాపటిమ, భావ నిగూఢార్థత, లోతైన అర్థవంతమైన శైలి విన్యాసాలు వంటివి ఎందరెందరో సాహితీవేత్తలకు, పరిశోధకులకు మార్గదర్శక సూత్రాలు ముఖ్యంగా 'లింగాల శాసనం', 'దర్గా శాసనం', 'గంగాపుర శాసనం',

'సోమశిలా శాసనాల' గురించి, వాటి మూల పాఠాలును వివరించే క్రమంలో ఇంత వరకు లభించిన శాసనాల వివరాలు పురాతత్వ శాఖవారు ప్రచురించిన 'సోమశిల దేవాలయాల చరిత్ర' అనే పుస్తకంలో ఉన్నవి. అయితే వానిలో శాసన వివరాలే ఉన్నవి. కాని... మూల పాఠాలు మాత్రం వారందులో ప్రచురించలేదు.'' అని డా. కపిలవాయి లింగమూర్తిగారు పేర్కొన్నారు. ఆ నాలుగు శాసనాల ద్వారా కొన్ని దేవాలయాలను, వాటి రాజులను వివరించారు.

'భీమనామ్నా మరరిపు: పితానామ్నా మహేశ్వర:' అనే లింగాల శాసనం (క్రీ.శ.1090-1168) ను మహామాండలికుడైన తాండ. ఇతడు కారుపాముల గ్రామంలో కందూరి భీమదేవ చోడుని పేర 'విష్ణ్వాలయం', గోకర్ణ దేవుని పేర 'సూర్య దేవాలయం' తన తండ్రి కన్నర దేవుని పేర 'శివాలయం'లను నిర్మించాడని ఈ శాసనం చెబుతుంది (కారుపాముల ప్రస్తుత నామం లింగాల అచ్చంపేటలో ఒక మండలం) 'గంగాపుర శాసనం' కన్నడ శాసన. చాణక్య రాజు జగదేకమల్లునిదని చెబుతారు. వీరిద్దరున్నారు. క్రీ.శ.1015-45 కాలంలో మొదటివారుగా, క్రీ.శ.1138-49 కాలంనాటి ప్రతాప చక్రవర్తి రెండవవారుగా చెబుతారు. ఈ శాసనం ద్వారా సోమేశ్వరంలో గంగేశ్వర ప్రతిష్ట ఉంది. కాని, గంగాపురంలో సోమేశ్వర ప్రతిష్ట లేదు. చాణుక్యులకాలంలో గంగాపురం, సోమేశ్వరం జతగా అభివృద్ధి పొందిన క్షేత్రాలు. 'సోమశిల శాసనం' ఇది కన్నడ శాసనమే. ఇది చాణక్య ప్రభువు ఆరవ సోమేశ్వరుని కాలం నాటిది. దీనికాలం క్రీ.శ.1118. ఇది చోళవంశానికి చెందిన బామరసు తన భార్య సోమల దేవితో కలసి సోమేశ్వరంలో 'గంగేశ్వరుని' ప్రతిష్ఠించి పూజా నైవేద్యాలకు ధూపదీపాలకు చేసిన దాన శాసనమిది. 'దర్గాశాసనం'... ఇది సయబ్ కమాలుద్దీన్ దర్గాపై గల లేఖనం. గూడు రూపంలో మలచిన ఫలకంపై మొదట అరబ్బీ యొక్క గుజరీ వ్రాతలో అల్లా స్మరణతో

ఉంటుంది.

నాలుగు శాసనాలలోనే కాదు 'సోమశిల' ప్రాంతంలోగల 'చరిత్ర'కందిన, అందని దేవాలయాలను గూర్చి కూడా డా॥ కపిలవాయి లింగమూర్తిగారు వివరిస్తారు. సోమశిల గ్రామం మహబూబ్‌నగర్ జిల్లాలో కొల్లాపురం మండలానికి దక్షిణంగా సుమారు పది కిలోమీటర్లు దూరంలో కృష్ణానది తీరాన ఉంది. ఇక్కడ చరిత్రలో ప్రసిద్ధి పొందిన పద్నాలుగు దేవాలయాల సముదాయముంది. అన్నీ కూడా ఒకే ఆవరణలో ఉన్నాయి. శ్రీశైలం జలాశయం ముంపుకు గురైన ఈ ఆలయాల సముదాయంను తొలుత నిపుణుల కమిటి పరిశీలించి వదిలివేసింది. కాని వీని యొక్క 'చరిత్ర' ప్రాధాన్యతను తెలుసుకున్న ప్రముఖ పురావస్తు శాస్త్రవేత్త(నాటి) రాష్ట్ర పురావస్తు శాఖ సంచాలకులు డా॥ వి.వి. కృష్ణశాస్త్రిగారు వీనిని మరో ప్రాంతానికి తరలించారు. ఈ సందర్భంలో వీరు చేసిన కృషి నేటికి ఓ 'చరిత్ర'. ఈ ఆలయాల సముదాయం వద్ద తరువాత కాలంలో ఎన్నో చారిత్రక విషయాలను వెలుగులోనికి తెచ్చిన పెక్కు శాసనాలు లభించినవి. ఇక్కడ ఆలయాలను పరిశీలిస్తే మొదటి సోమేశ్వరుడు (క్రీ.శ. 1042-68) నుంచి 'తాండ' (క్రీ.శ.1168) వరకు అనేక రాజుల చరిత్రకకు సంబంధించి అనేకమైన 'దేవాలయాల' అలభ్య విషయాలు లభ్యమయినట్లు తెలుస్తుంది. ఇక్కడున్న దేవాలయాల వాస్తురీతిలో పరిశీలించి ఎన్నో వాస్తవాలు తెలుస్తున్నట్టు శాసనాలు తెలుపుతున్నాయి. అలంపూరు సమీపంలోని పాప నాశనం, కొల్లాపూర్ మండలంలోని మల్లేశ్వరం గ్రామాల వద్ద ఉన్నట్టు ఇక్కడ (సోమశిలలో) కూడా దాదాపు అదే కాలానికి (క్రీ.శ.1297) చెందిన పెద్ద దేవాలయ సముదాయం ఉంది. వీటిలో 1 నుండి 14 వరకు ఉప దేవాలయాలున్నాయి. 1-2, 3-5, 6-7, 12 దేవాలయాలను కలుపుతూ 34 స్తంభాలతో 13వ నెంబరు మండపం మరియు 4, 9, 10, 11-14 విడి దేవాలయాలుగా ఉన్నవి.

కృష్ణా, తుంగభద్ర నదుల మధ్యనున్న ప్రాంతాలలో, ఆయా నదుల పరివాహక ప్రాంతాలలో అనేకానేక దేవాలయాలను వివిధ రాజవంశాలు వారు నిర్మించినట్లు, కొన్ని పునరుద్ధరణ చేసి తరించినట్లుగా ఈ సాహిత్యంలో కొన్ని వ్యాసాలలో కనిపిస్తుంది. కృష్ణా స్టేషన్ ప్రాంతం (ముక్తర్ తాలూకా)లో ప్రసిద్ధి చెందిన దత్త క్షేత్రం ఉంది. దత్తునితో పాటు అనేక దేవాలయాలు ఇక్కడున్నాయి. యిది పుష్కర స్నానాలకు, శ్రాద్ధ విధులకు ప్రసిద్ధి. కురుగడ్డ (కురువాపురం) కృష్ణానదిలో చిన్నదీవి. ఇక్కడ దత్తావతారమైన శ్రీపాద వల్లభుడు సంచారవంశంగా వచ్చి, అనేక జన్మలనంతరం యిక్కడకు వచ్చి ఆలయం నిర్మించి, తన పాదుకలక్కడ ప్రతిష్టించినాడని ప్రసిద్ధ చరిత్ర కథనం. ప్రస్తుతం నిత్య జాగృత క్షేత్రంగా ఉందది. ఇంకో ప్రాంతం నారద గడ్డ. దీనినే నార్లగడ్డ అని కూడా పిలుస్తారు. కృష్ణానది మహబూబ్‌నగర్ జిల్లాలో ప్రవేశించిన పిమ్మట యిక్కడ రెండుపాయలుగా చీలగా ఆ నడుమ కురుగడ్డ, గుర్రం గడ్డ, నారద గడ్డ అనే దీవులేర్పడ్డవి. ఈ గడ్డపై 'చెన్న బసవేశ్వరుని' ఆలయం ఉంది. దీనిని నారదుడు ప్రతిష్టించాడని ప్రతీతి. దీని తరువాత మరో ప్రసిద్ధి ఆలయం 'చింతల రేవుల'. ఇది దరూర్ మండలంలో ఉంది. ఇక్కడ ప్రసిద్ధమైన ఆంజనేయ క్షేత్రం ఉంది. ఇది చంద్రికా చార్యులనే వ్యాసరాయులు ప్రతిష్టించారు. ఇక్కడ స్వామి ఊర్ధ్వ దృష్టి గలవాడు. ఆయన ఉగ్రత్వాన్ని తట్టుకోలేని పూజారులు నిలువ లేకుండా ఉండేవారు. ఇది గ్రహించిన దరూర్ నివాసి అయిన శేషదాసులవారు తపస్సు చేసి స్వామివారి ఉగ్రత్వాన్ని తగ్గించాడని కథనం. ఇప్పటికి ఏ కొద్ది అపచారం జరిగినా 'స్వామి' పూజారులకు సర్పరూపంలో దర్శనమిస్తుంటాడని చెబుతారు. కృష్ణాగ్రహారం- ఇది గద్వాల్‌కు 4కి.మీ. దూరంలో ఉంది. యిక్కడ ప్రాచీనమైన ఆంజనేయ వేంకటేశ్వర స్వామి ఆలయాలున్నాయి. రెండువందల సంవత్సరాల క్రితం రామావధూత అనే యోగి తపం చేసుకుంటూ

ఉండగా అతనికి కృష్ణానదిలో సీతారామ లక్ష్మణ మూర్తులు లభించినవి. ఆయన వానినిక్కడ ప్రతిష్ఠించి ఆలయం కట్టించారు. బీచుపల్లి- ఇది చాణక్యులనాటి గ్రామం. (దీనిని కణ్వాశ్రమమని కూడా పిలుస్తారు) ఇది ఆలంపూరు తాలూకాలోని గ్రామం. ఇది ప్రసిద్ధమయిన హనుమత్ క్షేత్రంగా ఖ్యాతి గడిరచింది. ఇక్కడ స్వామిని వ్యాసరాయులు ప్రతిష్టించినట్లు చెబుతారు. వ్యాసరాయలు రాయలు వారికి వచ్చిన 'కుహనయోగ' ప్రతిష్ట చేసినట్లు 'హరిదాసుల సేవ'లో చెప్పబడింది. ఇప్పుడే స్వామిని బీచుపల్లి రాయుడంటారు. ఇక్కడి పూజారులు వాల్మీకులు కావటం విశేషం. మారు మునుగాల- ఇది ఆలంపూరుకు 15 మైళ్ళ దూరంలో ఉంది. ఇక్కడే మార్కేండయుడు శివుని కోసం తపస్సు చేసి దీర్ఘాయువును పొందాడని చెబుతారు. ఇక్కడ ప్రసిద్ధి చెందిన ఐదు మఠాలున్నాయి. తిమ్మగురుని మఠం. సిద్ధయ్య మఠం, గోవిందయ్య మఠం, కన్నయ్య మఠం, యాదవ మఠం. వీటిలో తిమ్మగురుని మఠానికే ప్రాధాన్యం.

కృష్ణా, తుంగభద్రల నడుమనున్న దేవాలయాలను గూర్చి డా. కపిలవాయి లింగమూర్తిగారు ఎంతో పరిశోధనాత్మకంగా, క్లుప్తంగా, సరళంగా వివరించారు. దాని ఆధారంగా మరింతగా లోతైన పరిశోధనలు జరగాల్సిన అవసరముంది. నేటికి అనేకానేకమైన కాల మార్పులు సంభవించాయి. తరాల మధ్య నమ్మకాలు, విశ్వాసాలు నడుమ భేదాభిప్రాయాలున్నాయి. అయినా 'సైన్స్' అనేది ఐతిహాసిక కాలం నుంచి అనేకానేక రూపాలలో దైవం యొక్క అంశకు ప్రతిరూపంగానే నిలుస్తున్నది. దేవాలయాలు ఏనాటి నుంచో సంస్కృతి, రాజకీయ, సామాజిక, ఆర్థిక కేంద్రాలుగా విరాజిల్లుతున్నాయి. వాటి చుట్టూ మానవ విశ్వాసాలు కూడా పరిభ్రమిస్తుంటాయి. ప్రాంతీయ రాజవంశాలు, మానవ జీవన పరిణామ క్రమ సిద్ధాంతాలు కేంద్రీకృతమయి ఉన్నాయి. కనుక డా॥ కపిలవాయి లింగమూర్తిగారు వివరించిన 'దేవాలయాల' చరిత్రను వర్తమానం నుంచి పరిశోధనలు చేయాల్సిన

అవసరముంది. ఈ విధంగా రేఖామాత్ర స్పర్శతో ఈ వ్యాసం అసమగ్రం. కాని... పరిశోధనకు చేయవలసిన కృషి అనంతమని చెప్పకతప్పదు.

సమాజ స్ఫూర్తి కీర్తి పతాక... మన 'తెలుగులెంక'

"ఆదర బంధురమ్ముగ జోహారిడుదున్ నను గాంచి మంచికిన్

మూదలగా మలంచి జనముల్ పొగడం బులకించి పాడికిన్

బాదుగ నిల్చినట్టి గుణభద్రకు బుణ్య శరణ్య కస్మదీ

యాదిమదైవ తమ్మునకు నక్షర కీర్తికి జెంచమాంబకున్"

'మహాత్మకథ' కృత్యాదిలో తుమ్మల సీతారామమూర్తిగారు వినయంగా చెప్పుకున్న మాటలివి. శ్రీ సీతారామ మూర్తిగారు రాష్ట్రకవి. గాంధేయవాది. సత్యము, అహింసలు వీరి రచనలలో నిండుగా పరుచుకుని ఉంటాయి.' కవి వ్యక్తిత్వమే అతని రచనలకు చక్కని బంగారు గోడ చేర్పని 'ఆరుద్ర చమత్కారం. ఇది ఈయనకు అక్షర సత్యమైన వాస్తవం. శ్రీ తుమ్మల వారు తను త్రిగుణాత్మకంగా విశ్వసించి, ఆచరించినదే తమ రచనలలో ప్రస్ఫుటింపజేసారు. 'వీరిది యుగానుకూలమైన కవిత. వీరు మతాంతర వాదులకును సమకాలిక కవులకును జయకారములు పలుకు సమదర్శనులు, సహృదయులు, ధారాళమైన శయ్య మాధుర్యములతో గూడిన సౌలభ్యము తెనుగుందనము ఈ మూడును వీరి కవితా ముఖ్య లక్షణములని శ్రీ నాగళ్ళ గురు ప్రసాదరావుగారి 'ఆ ముఖము'. ఇది నిత్య సత్యము. నిన్నటి తరం

కవులలో విశిష్టమైన, విలక్షణమైన వ్యక్తిత్వం మహాకవి తుమ్మల సీతారామ మూర్తి గారిది. ఆయన ఈ విశిష్ట గొప్ప సంస్కారయుత వ్యక్తిత్వ నిర్మాణం వెనుక తల్లిదండ్రులు, ఇరుగు పొరుగు వారి స్నేహం, గురువుల వాసనా సమకాలీన సాంఘీక రాజకీయ పరిస్థితులు ప్రభావితం చేసాయనటం అతిశయోక్తి కాదు.

శ్రీ సీతారామ మూర్తిగారు గుంటూరు జిల్లాలోని రేపల్లె తాలూకాకు చెందిన కావూరు అనే కుగ్రామంలో 25.12.1901న జన్మించారు. తండ్రి నారయ్య, తల్లి చెంచమ్మ. తాము కటిక పేదరికంలో ఉన్నా ఇతరుల సొమ్మును విషప్రాయమని నారయ్య గారి ఉదాత్త భావన. ఆయనకు అక్షర జ్ఞానం లేదు. అయినా భారత భాగవతాల్లోని కొన్ని వందల పద్యాలు ఆయన అలవోకగా ఆలపించగలరు. అర్థ తాత్పర్యాలు కూడా చెప్పగలరు. బాలుడైన సీతారామమూర్తి గారికి తొలి గురువు ఆయనే. ఎంతోమందికి తనకు తోచిన సహాయం చేసేవారు. కొందరు వారు బ్రతికినంత కాలము నారయ్యగారి గురించి చెప్పుకున్నారు. తల్లి చెంచమ్మ భర్తకు తగిన ఇల్లాలు. ఆమెకు సత్యమే అలంకారం. పేదసాదలను ఆదుకోవటమే నిత్యకృత్యం. నిప్పువంటి నడత ఆమెది. కొడుకు తప్పు చేస్తే మితిమీరిన కోపంతో దండించేదావిడ. కాస్త జ్ఞానం వచ్చే వరకు శ్రీ తుమ్మలవారు కావూరులోనే ఉన్నారు. బందరు నుంచి చినగంజాం దాకాపోయే రోడ్డు ప్రక్కన ధనదుపురముంది. వందల ఏళ్ళ నుంచి వస్తున్న గ్రామీణ సంస్కృతికి ఈ ఊరు కూడా పేరు పొందింది. కావూరి బడిలో కావూరి శ్రీరాములు గారి దగ్గరనే సీతారామమూర్తి గారు అమరకోశము, భారత భాగవతాల్లోని ఉపాఖ్యానాలు నేర్చుకున్నారు. గురువు శ్రీరాములుగారు స్వచ్ఛమైన శీలం గల దేశభక్తులు. తండ్రి మరణం అనంతరం అన్నగారితో కలసి తుమ్మల వారు వ్యవసాయం చేసారు. గొప్ప 'రైతు' బిడ్డగా ఖ్యాతి గాంచారు. జమా ఖర్చులు విషయంలో నిక్కచ్చిగా ఉండేవారు. ఆయనకు విద్య అంటే ప్రాణం. పొలంకి

వెళ్ళేటప్పుడు కూడా పుస్తకాలను వెంట తీసుకు వెళ్ళేవారు. సాయంత్రం వేళ నాలుగు మైళ్ళ దూరంలో ఉన్న 'చందోలు' నడచి వెళ్ళీ తాడేపల్లి వెంకటప్పయ్య శాస్త్రి గారి దగ్గర సంస్కృత కావ్యాలు చదివి కోడికూసే వేళ ఇంటికి చేరేవారు. గురువు వెంకటప్పయ్య గారు భాషా విషయాల్లో కఠోర నియమాలను పాటించేవారు. ఇంగ్లీష్, ఉర్దూ మాటలు పొరపాటున చెప్పినా ఆగ్రహోదగ్రులయ్యేవారు. ఒక్కొక్క రోజున ఒక్క సంస్కృత శ్లోకం కంటే ఎక్కువ చెప్పలేక పోయేవారు. భయంతోనే గురువును అడిగారు తుమ్మలవారు. అందుకాయన వేదనతో 'నాయనా... బాధపడకు. నా దగ్గర ఒక్క శ్లోకం నేర్చుకున్న వారు మహా విద్వాంసులవుతారని అనేవారు. **'ఏకశ్లోక రహస్య బోధనముచే ఎవ్వాడు శిష్యున్ సుధీలోకాగ్రేసరు చేయు**' అని తన గురువును తరువాత కాలంలో స్తుతించుకున్నారు. ఆంధ్రపత్రిక, కృష్ణాపత్రిక, దేశాభిమాని వంటి పత్రికలు, వీరేశలింగం గారి పుస్తకాలు చదవటం వలన సీతారామ మూర్తి గారికి సంఘ సంస్కరణాభిలాష కలిగింది. గాంధీ యాజమాన్యంలో కార్యకర్తగా 1920లో పని చేసారు. చీరాల, పేరాల సత్యాగ్రహాన్ని చూసారు. పెదనందిపాడు సత్యాగ్రహం ఆయనను పరవశింపజేసింది. కాకినాడలో జరిగిన అఖిల భారత కాంగ్రెస్ మహాసభ అనంతరం ఆయనలో సేవా దీక్ష, దేశభక్తి గుణాలు రెట్టింపయ్యాయి. మహాత్ముని సిద్ధాంతాలకనుగుణంగా జీవితాన్ని, సాహిత్యాన్ని సమాజహితం చేస్తూ అంకితం చేయాలని నిశ్చయించుకున్నారు. తదనంతర జీవితం అందుకే ధారపోసారు. సీతారామమూర్తి గారికి తిక్కన, చిన్నయసూరిలంటే ప్రాణం. ఇందుకు అనేక కారణాలున్నాయి. అవిక్కడ అప్రస్తుతం. గురువు శ్రీ దువ్వూరి వేంకట రమణ శాస్త్రి వ్యాకరణాచార్యుడు. తిక్కన, చిన్నయ సూరిలంటే మక్కువ. వెరసి తుమ్మలవారు గొప్ప పద్య కవిగా కీర్తి పొందారు. 1930 నాటికి గాంధేయ వాదం ఆయన వ్యక్తిత్వానికి వన్నెలద్దింది. 1929 లో ముద్రితమైన 'ఆత్మార్పణము 'గాంధీ సిద్ధాంతాలు, చిన్నయ

సూరి భాషా ప్రభావం ఆయన మీద ఎంతటి ప్రభావం చూపాయో ఆవిష్కరిస్తుంది. తెలుగు భాషపైన ఆయనకు మక్కువ ఎక్కువ. 'తెనుగు లెంక 'గా ఆయనను తీర్చిద్దింది. **'రాష్ట్రసిద్ధి కొరకు రక్తము గార్చిన/ కవిని, నేను, గాంధీ కవిని నేను / బడలి బడలి, తల్లి బాస కూడెము సేయు/ కవిని నేను, దేశి కవిని నేను'** అని ప్రకటించుకున్నారు. 'కవిత్వం **కంటే నాకు జీవన విధానం ప్రాణతుల్యమ**'ని నినదించిన శ్రీ సీతారామ మూర్తిగారు 12.03.1990 న పరమపదించారు. నాటి నుంచి ఆయన చిరంజీవి...

శ్రీ తుమ్మల రచనలు- సమాజ స్ఫూర్తి: శ్రీ తుమ్మల సీతారామ మూర్తిగారు తన ఎనిమిదో ఏట నుంచే రచనా వ్యాసంగంను ప్రారంభించారు. లఘు కావ్యాలు, మహావీర కావ్యాలు వస్తు వైవిధ్యంలో విభిన్నాత్మకంగా, అంతర్లీనంగా, సమాజ స్థితిగతులను పేర్కొంటూ వ్రాసారు. 'విశ్వ జనీన బోద్ధృతా లలితమూ, ఉదార వృత్తమూ, సంస్కృతి ప్రభామిళితము' లైన కావ్యాలు ఆయనవి. ఆయన 1928 నుంచి 1967 వరకు పదమూడు కావ్యాలు రాసారు. 'నేను- నా కావ్యాలు' లో ఆయన స్వీయ జీవిత రీతిని, తన జీవనంలో కొన్ని ముఖ్య ఘట్టాలను వివరించారు. 'ఎక్కట్లు ' 'సందేశ సప్తశతి' కావ్యాలను సమకాలీన సమాజంలోని ఆర్థిక, రాజకీయ, సాంఘిక, సాహిత్య రంగాలకు అద్దం పట్టే విధంగా రచించారు. భారత దేశ పరిణామ క్రమాన్ని ఎంతో 'హృద్యంగా, వ్యంగ్యంగా ఆయన చిత్రించిన తీరు అమోఘం. ప్రధానంగా గాంధీజి స్వీయ చరితను పద్యీకరణ చేసిన 'ఆత్మకథ'. స్వాతంత్ర్య సంగ్రామ సారధి అయిన గాంధీ కథను 'మహాత్మకథ'గా మలిచారు. ఈ రెండు రచనలు ఆయనకు అఖండ ఖ్యాతిని తెచ్చిపెట్టాయి. ఏ సామాజిక, సాంఘీక, సాహిత్య ప్రయోజనాల కోసం తుమ్మల వారు ఈ రచనలు చేసారో ఆయనే చెప్పారు.**'గుణగరిష్టుల దేశభక్తుల చరిత్ర/ చెప్పుట జగద్ధితంబైన చేతగాదె**' అని వివరిస్తూనే అనాటి సమాజంలో ఎక్కువ

శాతం కవులు 'ఏ **సూరినో పెరినో సుబ్బినో నిల్పి/పచ్చిసింగారంబు పల్కుకంటే'**నంటూ ఏ అంశాలను వేటిని ప్రధానంగా రాసారో నిరసిస్తూనే తను అటువంటివి రాయనని చురక వేసారు.

కవిత్వానికి సమాజానికి అవినాభావ సంబంధముందని ఆయన విశ్వసించేచారు. కవిత్వం ఒక చమత్కారం కాదని, యుగలక్షణమని ఆయన మాట **"... సామాజిక కల్యాణము/ కామించెదనవ్య భవ్య కవితా సృష్టిన్"** అన్న వీరిమాట శతశాతం సత్యం. భారతీయత, విశ్వమానవత, ఆంధ్రత్వాల త్రివేణి సంగమం తుమ్మల వారి **కవిత్వం 'నైతిక పునరుజ్జీవన, జాతీయ వికాస, విశ్వజనతా శ్రేయః ప్రీతము మచ్చేత'** ని కవిత్వం గురించి ఆయనే చెప్పుకొన్నారు. కాలం పరిణామశీలమని, కాలచక్ర గమనంలో వచ్చే మార్పులను అనుగుణంగా జీవితాలను మలుచుకొని ముందుకు సాగాలని నినదించిన యుగ పురుషుడాయన. **మనువు నీతి మనువు కాలానిదే** అని ప్రశ్నించిన సంఘసంస్కర్త. **'చొంగ కార్చునాటి చొక్కయకుర్రకు/ నడక నేర్చినప్పుడు తోదుగ జిరుగు/ తాతనాటి సంఘనీతిమన్మని వేళ/ నడుపజూతురేని బెరిసి కొట్టు'** అని వారన్నమాట అభివృద్ధికరమైనది. పరిణామశీలకమైనది. నేటికి మన సమాజంలో అత్యంత సహజమని అంగీకరించిన (అంగీకరిస్తున్న) సమాజరీతి ఒకటుంది. అదేమిటంటే- 'దోపిడి, అక్రమాలు, కుట్రలు, దొరతనాలు, దొంగతనాలు అన్యాయం, అవినీతి'. వీటిపైన ఆనాడే కలం దూసిన యోధ.. **'అంతు పొంతులేని యాస్తులానార్జింప/ గడుగువారి పప్పులుడు కవికను/ జడత వీడినారు కడగొట్టు తమ్ములు/ కదలినారు నొసటి కన్నుని ఓ జాతి మేలుకొలుపుని, సమాజ అసమానతలను, దోపిడిని'** ఇంతకన్నా అలతి అలతి పదాలతో బహుశా ఎవ్వరూ చెప్పలెదేమో...!? కటిక దరిద్రులు, అన్నార్తులు శోకముతో క్రోధమును మండుతున్న కొలిమిలా ఉన్నారని, వారంతా విప్లవిస్తే,

హేరాళ జ్వాలా చక్ర విక్రమ క్రీడాచాతురి మాన్ప జాలుట యసాధ్యము అని చెబుతూ, ఆ సమయం రాకముందే ఆయా వర్గాల వారు కనులు తెరచి మార్పునాహ్వానించాలని హితవు చెబుతారు తుమ్మల వారు. అలాగని వర్గ సంఘర్షణ, సామాజిక అశాంతి ఆయన ఉద్దేశ్యం కాదు. ఆయన హృదయ పరివర్తనను ఆశిస్తారు. కాని... అభ్యుదయ కవులు, ఆశించే సాంఘీక వ్యవస్థను మాత్రము ఆకాంక్షిస్తారు. 'మహాత్ముని కథ'లో క్షామ పీడితైన వంగ భూమిని దర్శించే వేళ ఆనాటి ఆదేశ దురవస్థను **"అది దురాశా పిశాచీ సమర్చన ప్ర/భూతసవన బృహచ్చానుహేతి వదన"** రక్తం మరిగేలా, కన్నీరు కార్చేలా, హృదయం ద్రవించేలా పేర్కొన్న విధానం నభూతో... ఆయన భాషావిన్యాసములు, శైలి, సౌందర్యము వంటివి ఎన్నో ఆయన రచనల్లో దృశ్యమానమవుతాయి. **"చేపడ వెన్నడును వెతల జెందక జయముళ్'**, **'చదువుకతము కాదు సద్గుణమ్ములకు'** **'ఎల్లకాలము కష్టము లెదురలేవు'**. తెలుగు పౌరుషమును కర్తవ్య పరాయణత దిశగా సాగాలని కోరుతూ. **"యావదాంధ్ర విషయమ్ము నొక్క రాజ్యముజేసా/ విజయ దుందుభిపై దెబ్బ వేయు వరకు/ తెలుగు పసిపాపకైన నిద్రింపదగునే"** అని ప్రభోధం చేసిన శ్రీ తుమ్మల సీతారామమూర్తిగారు వర్తమాన సమాజ స్థితిగతికి ఏ విధంగా స్పందించేవారో...?

డా. సంజీవదేవ్ 'శ్రీ తుమ్మల మనిషి అయిన కవి మాత్రమేకాక 'మనీషి' అయిన కవి. మానవతకు మారు పేరే కవిత. లేక వారి కవితకు మారు పేరే కవిత'ని గౌరవించారు. వర్తమానంలో 'కులాల' నేపథ్యంలో నడుస్తున్న సమాజ స్థితిని ఆనాడే శ్రీ తుమ్మల వారు చూసారేమోననిపించే విధంగా..! **'మన దేశంబు దప్పు/ నెక్కడను గానరావంటుయియా కులాలు..!'** అని యుగ కవితలో పేర్కొన్నారు. సమాజం, సామాజిక స్ఫూర్తి ఆయన రచనలంతా ఉంటాయి, ఉన్నాయి. సామాజిక బాధ్యతను

తన రచన ద్వారా నిరంతరం నిర్వర్తించిన కవి శ్రీ తుమ్మల సీతారామమూర్తి. ఆంధ్రుల నిత్య వైతాళికుడు.

'కవిత బోలిన మధుర వస్తువు లేవు

కవుల బోలిన ధన మాన్యవులు లేరు..'

తుమ్మలవారు ధన్యులు.

భారతీయతత్వం ‘వసుధైక కుటుంబం’

ఈ ప్రపంచం ఏమిటి? నేనెవరిని? సృష్టి అంటే ఏమిటి? ఈ జీవిత పరమార్థం ఏమిటి... ఇలా ఎన్నెన్నో జరా మరణ చక్రాల నడుమ వేగంగా కదిలిపోతూ ఉంటుంది. ఇదే ఆ ‘మనిషి’ జీవితం...!? ఇటువంటి ప్రశ్నలకు సమాధాన్వేషణ కోటిమందిలో ఏ ఒక్కరికో వస్తుంది. మిగిలిన వారంతా ఓ ‘కంఫర్ట్ జోన్’లో నిశ్చింతగా బ్రతికితే చాలు అనే చింతనతో ఉంటారు. కాని... జీవిత చరమాంకంలోనైనా ఓ తాత్వికాలోచన... ఓ తాత్వికమైన చిరునవ్వు వస్తే... రమణ మహర్షి అశ్రమాలు వంటివి తాత్విక మార్గం చూపుతాయి. ‘వసుధైక కుటుంబం’ అంటే ఏమిటో... మన పాత్ర ఎంత ఉందో ఖచ్చితంగా ‘మనిషి’ తెలుసుకోవలసిందే... ‘నేనూ... సమాజం వేరు వేరు కాదు... సమాజమే నేను అనేది’ మహాత్ముని జీవితంలోని ఓ తాత్విక సత్యం. ఆయనది సరళమైన జీవితం. అయినా గొప్పదిగా కీర్తి పొందింది. అయితే ఏది ‘తాత్వికత’ అనేది ఓ ప్రధానమైన ప్రశ్న. ముందుగా ‘నేనెవరిని’ ‘ఇహం, పరమంటే ఏమిటి’ అనే ప్రశ్నలు క్లిష్టమైనవి. వీటికి వివిధ కాలాల్లో వివిధ దేశాలలో, వివిధ తత్వవేత్తలు విభిన్నరీతుల్లో సమాధానాలు చెప్పడానికి ప్రయత్నించారు. ఇక్కడ మరో అంశం గమనించదగ్గది. ‘విశ్వమానవ సౌభ్రాతృత్వ’మనే భావనలో ‘చింతన’ ప్రారంభించినా... పశ్చిమ దేశాలలో

తాత్వికులు విభిన్నమైన 'సిద్ధాంతాలు' వెలువరించారు. ఏది ఏమైనా 'ఇహం' భావన 'వసుధైక కుటుంబమ'నే చింతనకే ఎక్కువ మంది అంగీకరించారు. లౌకిక యథార్థాన్ని గుర్తించి నిశిత వివేచన చేసారు. ఇక్కడ ప్రధానంగా కొన్ని విభాగాలను లౌకిక దృష్టి తో చూడవలసిన ఆవశ్యకత ఉంది. మెటాఫిజిక్స్ (పార భౌతిక శాస్త్రం) లాజిక్ (తర్కశాస్త్రం), ఎపిస్టెమాలజీ (జ్ఞానశాస్త్రం), ఎథిక్స్(నీతిశాస్త్రం), సైకాలజీ (మనస్తత్వశాస్త్రం) ఇవి ప్రధానమైనవి. ఇందుకుదాహరణగా ప్రాచీనకాలపు గ్రీకు (థెలీస్, సోక్రటీస్, ప్లేటో, అరిస్టాటిల్) ల నుంచి నవీనకాలపు (కాంట్, హేగల్, సార్త) తత్వవేత్తల వరకు 'భిన్నత్వంలో ఏకత్వ చింతనను' ప్రచారం చేసారు. భారతీయ చింతనాపరులు సహితం, ఇహం కన్నా పరం గొప్పదన్నా ఈ సృష్టిలోని మానవజన్మ అపూర్వమైనదని, సాటివారిని 'నీ'వారిగా భావించమని చెప్పారు. శంకరులవారు తన 'వివేక చూడామణి'లో **దుర్లభం త్రయమేవైతద్దేవానుగ్రహో హేతుకం/ మనుష్యత్వం ముముక్షుత్వం మహాపురుష సంశ్రయః** అని చెబుతారు. అనగా మనుష్య జన్మ, మోక్ష కాంక్ష, మహా పురుషుల సాంగత్యం, ఈ మూడు మనిషికి లభించటం ఎంతో దుర్లభం. భగవంతుడి అనుగ్రహం ఉంటే తప్ప ఇవి లభ్యం కావు. దేవుని దృష్టిలో ఇంతటి విశాల దృక్పథపు చింతనను 'వ్యక్తి' వ్యవస్థ కోసం వినియోగించుకోకపోతే ప్రయోజనమేముంది. నాటి సోక్రటీస్, బుద్ధుడుల నుంచి నేటి 'మహాత్మా' 'మదర్'ల వరకు వర్తమానం ఏం నేర్చుకున్నట్టు...?

భారతీయ తత్వశాస్త్రం 'వసుధైక కుటుంబ' చింతనను కొన్నివేల సంవత్సరాల క్రిందటనే వ్యక్తీకరించింది. ఎన్నో యుగాల క్రితమే మనిషిలోని వ్యక్తిత్వంలో ఒక ఉన్నతమైన స్వభావం ఉందని స్పష్టం చేసింది. అన్ని మతాల యొక్క మూలాలు జ్ఞానాతీత అనుభూతిలోనే ఉన్నాయి. ఏసు, అల్లా, చైతన్య మహాప్రభూ, తుకారాం, రామకృష్ణ పరమహంస, రాముడు, కృష్ణుడు వంటివారు 'మనిషి'

మనిషిగా కాకుండా ఏ కుటుంబ ప్రతినిధిగా తద్వారా ప్రపంచమే కుటుంబంగా భావించారు. ప్రేమించారు. ఆర్తిగా అక్కున చేర్చుకున్నారు. ప్రపంచంలో వారు ఒక్కరుగా గుర్తింపు పొందారు. ప్రపంచానికి దిశా నిర్దేశికులైనారు. వారి చింతన, తాత్వికత అపూర్వమైనది. 'వసుధైక కుటుంబ' భావనను వీరంతా ఎలా దర్శించుకున్నారు? ఎలా 'వీరు' విశ్వం యొక్క ప్రతినిధులుగా ఆకర్షించబడ్డారు (తత్వశాస్త్రం ప్రకారం ఈ పదం అర్థంలేనిదైనా). ఇందుకు గీతాకారుడు చెప్పిన **'నతు మాం శక్యసే ద్రష్టుం అనేనైవ స్వచక్షుషా/ దివ్య దాదామి తే చక్షుః పశ్యమే** యోగమైశ్వరం... భావనను గ్రహించాలి. అనగా- 'నీ చర్మ చక్షువులతో నా విశ్వరూపాన్ని చూడలేవు. నా విశ్వరూపాన్ని చూడటానికి కావలసిన దివ్య చక్షువులు అవసరమనేది 'తత్వం'. ఇదో విశాలమైన, విస్తృతమైన భావ స్రవంతి. ఆలోచనతో ఆచరించవలసిన క్రియారూపం. ఇదే అంశాన్ని మానసికశాస్త్ర నిపుణులు భావ గ్రంథులు (మెంటల్ కాంప్లెక్సులు) మూడు రకాలని చెబుతారు. అవి- కామ సంబంధమైనవి, అహంకార సంబంధమైనవి, సంఘజీవన సంబంధమైనవి. తొలి రెండు భావనలను ఎంత త్వరగా 'అర్థరహితమని' గ్రహించగలిగితే, వ్యక్తి, 'సంఘం' కోసమనే భావన అర్థమవుతుంది. శంకరులు, బుద్ధులు, వివేకానందుడు, రామకృష్ణ పరమహంస వంటి పరమహంసలు ఇటువంటి క్షీరనీర న్యాయం తక్కువ సమయంలోనే తెలుసుకొని 'తాత్వికత' భావనలోని 'ఒకే కుటుంబమనే సత్యాన్ని గ్రహించారు.

వసుధైక కుటుంబ భావన హిందూమతం (ఇది ఒక మతం కాదు) ఆధ్యాత్మికతానుభూతితో నాలుగు ముఖ్య మార్గాలను బోధిస్తుంది. కర్మ, రాజ, భక్తి, జ్ఞాన మార్గాలవి. మరో ప్రధానమైన ఉపాంశమును ఇక్కడ పరికించాలి. ఉపనిషత్తులు ఈ మార్గాల సాధన కోసం, వ్యక్తి 'వ్యవస్థా'పరమైన దిశగా కొనసాగేందుకు రెండు

రకాలైన విద్యలను చెప్పాయి. తక్కువ స్థాయిలో ఉన్న 'అపరా విద్య', హెచ్చుస్థాయిలో ఉన్న 'పరా విద్య'. పరమ సత్యం యొక్క సంపూర్ణమైన అర్థాన్ని గ్రహించి ఆ దిశగా గమన నిర్దేశాన్ని 'పరావిద్య' బోధన చేస్తుంది. **హ్యారియట్ బీచర్ స్టోవ్** వ్రాసిన గొప్ప గ్రంథం **'అంకుల్ టాంస్ క్యాబిన్'లో** ఒక చిన్న అమ్మాయి 'ట్యాప్సిని' ఎనిన్ను ఎవరు తయారు చేశారు?' అని అడుగుతారు. అందుకా అమ్మాయి 'నాకు తెలిసినంత వరకు ఎవరూ చేయలేదు' అని చిన్నగా నవ్వి 'నా అంతట నేనే పెరిగాననుకుంటాను. నన్ను ఎవరో చేసారోనని ఎప్పుడూ అనుకోవద్దంటుంది. ఇలా ప్రతీ ఒక్కరూ ఆలోచిస్తే 'వసుధైక కుటుంబమనే' భావన చిన్నదిగా కనిపిస్తుంది. సాధన, కృషి, ఫలితం కష్టమనిపించదు. శాస్త్రీయ దృక్కోణంలో కూడా ఈ భావనను జీవశాస్త్ర నిపుణులు, పరోక్షంగానైనా వివరించారు. ఎందుకంటే సృష్టిలో కీటకాలు, పక్షులు, జంతువులు, మనుషులు మొదలైన జీవులు వాటి జీవితాలను ఐదుభాగాలుగా విభజిస్తే జీవి ఏర్పడటం, ఎదుగుదల, యుక్త వయస్సు, ముసలితనం, మరణం అనివార్యమైనవనే సత్యం గోచరమవుతుంది. అయితే ఏయే జీవులైతే పునరుత్పత్తి చేయవో అవి క్రమంగా నశిస్తాయి. ఒక జీవి జనన మరణంలోని అమృతతత్వం, 'మరోజీవి' పరంపరగా అందుకొనే అవకాశం లేదు. మరి మనిషి తన చుట్టూ ఉన్న సమాజం తనకోసం అనుకొనే వేళ, తాను ప్రపంచంలోని వాడే అని గ్రహించాలి కదా... ఈ భావన లేనినాడు తరువాత తరానికి ఎలా అందించగలడు? 'వసుధైక కుటుంబ' వారసత్వ వారసులను ఎలా పునరుత్పత్తి చేయగలుగుతాడు.

తత్వ చింతన తర్కానికి, హేతువుకందదనే విశ్వాసులున్నారు. అటువంటి వారు భారతీయ తత్వశాస్త్రంలోని నిజమైన 'భావనలను' అర్థం చేసుకోలేని 'అవగాహన'తో ఉన్నారనుకోవాలి. భారతీయ చింతన 'మతం' యొక్క భాగమని ఇటువంటి వారి వాదన. కానీ... మతం, తాత్వికత, తార్కికత, హేతువులతో చెప్పేది

ఒక్కటే... మతం, 'కళ్ళు మూసుకొని విశ్వసించు' అంటుంది. తత్వశాస్త్రం 'కళ్ళు తెరుచుకొని ప్రశ్నించు' అంటుంది. 'శంశయాత్మ వివశ్యతి' అనే మత సూత్రాన్ని 'సంశయమే ఆత్మ' అంటుంది తత్వ విచారణ. మరి భేదం ఏమిటి? ఇదే భావాన్ని మరింత లోతుగా అధ్యయనం చేస్తే పాశ్చాత్య దార్శనిక పితామహుడు దికార్త్ చెప్పిన 'నే ఆలోచిస్తున్నాను. కనుక వున్నాను' అనే తిరుగులేని (COGITO ERGO SUM. I THINK, THERE FORE I AM) సత్యం శాశ్వత సమస్య పరిష్కారానికి మార్గమనుకోవచ్చు.

విశాలమైన భావ పరంపరకు సూత్రాలు భారతీయ తత్వచింతనలో ఉన్నాయి. వాటి మూలాలన్ని 'వసుధైక కుటుంబం' వైపుగా మనిషి పయనం ఉండాలని నిర్దేశిస్తున్నాయి. **'యస్తు సర్వాణి భూతాన్యాత్మన్యేనాను పశ్యతి- సర్వ భూతేషుచాత్మానం...'** అనే గొప్ప ఆధ్యాత్మికౌన్నత్యం చెప్పే ధర్మమార్గం అదేకదా...!? వాల్ట్ విట్ మన్ వ్రాసిన కవిత....

ఎన్నడూ విడదీయరాని రెండు సనాతనం సులభం అయిన సమస్యలు

ఎప్పటినుంచో ఉన్నా అర్థంకావు, ఆశ్చర్యం కలిగిస్తాయి, బిగిస్తాయి

తరం ప్రతీవాటిని మరుసటి తరానికి అందిస్తుంటాయి.

ఈ రోజు మన దరికి వచ్చాయి

వీటిని మనం ముందు తరాలకు అందజేద్దాం

వైవిధ్యభరిత కవితా 'విభిన్న'

'అక్షరానికి పాలు పోసి పదం చేయాలి

పదానికి అన్నం పెట్టి వాక్యం చేయాలి

వాక్యానికి శిక్షణ ఇచ్చి కవిత్వం చేయాలి

కవిత్వానికి జీవితాన్నిచ్చి ఆయుధం చేయాలి'

అంటారు త్రిపురనేని శ్రీనివాస్. ఎందరెందరో అక్షరాయుధ యోధులు 'కవిత్వం'ను పరిపుష్టం చేస్తున్నారు. ఇజాలు చాటునున్న చీకటి నిజాలను నిర్భయంగా చెబుతున్నారు. అక్షరాలు వెన్నెల్లో ఆడుకొనే ఆడపిల్లలు కాదని, రక్తాశ్రువులు చిందే సూర్యబింబాలని ఎలుగెత్తి చాటుతున్నారు. రాస్తున్నదంతా కవిత్వం కాదని అందరికి తెలుసు. అయినా 'కవిత్వం' రాయాలనే ప్రగాఢమైన వాంఛతో భావాక్షరాలతో మమేకమవుతున్నారు. 'అక్షరాలకు శిక్షణ' అవసరం. 'సాహితీ గోదావరి' అందుకు సాక్ష్యం. ఏకశీర్షికతో అనేకమైన భావాల కవితలు వారం, వారం వరద గోదావరిలా ప్రవహిస్తున్నాయి. వాటిలో అప్పుడప్పుడు నత్తలు వంటివి ఉన్నా, పూలమాల వంటి అరుదైన అక్షర సమూహాలు వస్తున్నాయి. భాష, భావం, వస్తువు, కథనం(చిత్రణ)వంటివి క్రొత్త పుంతలు త్రొక్కుతున్న వైనం 'సాహితి గోదావరి'కి ప్రాణం. ఉపనదులున్న 'గోదావరి'ది కలుపుకుపోయే గమనం. విభిన్న దృక్పథాలతో 'విభిన్నత'పై వైవిధ్యమైన కవితలల్లటం 'సాహితి గోదావరి' కవులు చేస్తున్న పాపికొండల నడుమ పడవ నడపటం వంటిది. ఆది, అంత్యాల మధ్య

లంగరందకపోతే సుడిగుండాలుంటాయి. కవికి భౌతిక, భౌగోళిక, సామజిక సమస్యల పట్ల సమగ్ర అవగాహన అవసరం. 'సా.గో.' కవులకు ఈ లక్షణం శోభితం. 'ఎటు చూసినా దాష్టికపు ఉచ్చులు/ కాలే కట్టెలపై సంతకాలు...', 'ఎదుగుదల పోటీలో/ ఎవరూ పోటీగా రాకుండా/ జాగ్రత్తలు పాటిస్తున్న... రైతుల ఆవేదన ప్రకంపనలు/ ఏ సంవత్సరం కాలు మోపినా మారలేదు, 'వైవిధ్యం జగతికి చైతన్య రథం/ ప్రగతికి స్ఫూర్తినిచ్చే ఋజు పథం' వంటి కవితా శైలి, పాదాల ప్రహేళి 'సా.గో.' 'విభిన్నత'కు దర్పణం. ఈ 'విభిన్న' పుస్తకంలోని కవితలు అన్ని గొప్పగా ఉన్నాయని చెబితే అతిశయోక్తిగా భావించవచ్చు. కానీ... 'అతి' భావనలు సహితం 'ఆరోగ్య'కరమైన 'కవి'(త్వాన్ని) అవసరమే...! పుస్తకాన్ని వైవిధ్యభరితంగా, సాహసోపేతంగా తీసుకువచ్చిన మిత్రులు డా. ర్యాలీ శ్రీనివాస్ గారి కృషి శ్లాఘనీయం. ఎంకి మాటలో ముద్దుగా చెప్పాలంటే...

'ఆ సాహసి గారికి మందారపూల వందనాలు

ఆ సాహసి నుదుటన రోజా పువ్వుల సింధూర తిలకాలు'

అద్భుత భక్తి దృశ్యం- విష్ణుచిత్తీయం

అఖిల భారతీయ సాహిత్య ఆలోచనా ధోరణులను తెలుగువారి సారస్వత సంపదను సుసంపన్నం చేసిన యుగం శ్రీకృష్ణదేవరాయల యుగం. సాహిత్యానికి స్వర్ణయుగం. దేవరాయలు 'భువన విజయం' నిర్వహణలో కవి, పండిత, గాయక, కళాకారుల పాత్రను అనన్యంగా పెంచి పోషించారు. స్వయంగా సకలకళా వల్లభుడు. జీవితకాలంలో ఒక్క యుద్ధములోనూ ఓడిపోని మహావీరుడాయన. గొప్ప సంస్కృత, ఆంధ్రకావ్యకర్త. గొప్ప సంగీత విద్వాంసుడు. వీణానాదకుడు, కళాభిమాని. సంఘ సంస్కర్త తన పాలనలో అన్ని మతాలు, కులాల వారిని సమానంగా ఆదరించిన ఆదర్శమూర్తి. ఆంధ్ర సాహిత్యంలోని పంచమహాకావ్యాలలో నాలుగు రాయల ప్రత్యక్ష ప్రమేయంతో అలరారినవే. అవి "ఆముక్త మాల్యద", "మను చరిత్ర", "పాండురంగ మహాత్మ్యము", "వసుచరిత్ర", "శృంగార నైషధం" (ఇది శ్రీనాధ విరచితము). పై నాలుగు ప్రబంధాలు రాయలు పాండిత్య ప్రకర్షను నేల నాలుగు చెరగులా శాశ్వత కీర్తి పతాకాలుగా ఎగరవేసాయి. కృష్ణశాస్త్రిలాంటివారు 'అప్పుడు నేను పుట్టీ ఉంటే బాగుండేది. బహుశా పెద్దనగా పుట్టి ఉందు 'నని చెప్పుకున్నారు. 'ఆముక్త మాల్యద'

రాయలు సర్వతోముఖ ప్రతిభకు, పాండిత్యానికి, చమత్కృతికి, పరిశీలనా దృష్టికి, మానవతావాదానికి అద్భుతమైన నిదర్శనం. వేదాలు, ఉపనిషత్తులు, ధర్మశాస్త్రం, సంగీత, పాకశాస్త్రాలు ఇలా ఒకటేమిటి సమస్త శాస్త్రాలలో తన ప్రతిభకు గీటురాయిగా మలిచారు రాయలు **'ఆముక్తమాల్యద '(విష్ణుచిత్తీయమ' ని కూడా అంటారు).** ముఖ్యంగా గోదాదేవి, మాలదాసరి, విష్ణుచిత్తుని వృత్తాంతములతో పాటూ మరెన్నో ఉపకథలను చేర్చి భక్తి రసప్లావితంగా ఈ కావ్యాన్ని తీర్చిదిద్దిన వైనం.. అపురూపం. అతని సాహితీ పాండిత్య నిపుణత, ప్రతిభలకు నిలువెత్తు దర్పణం. **ఇది ఆరు ఆశ్వాసాల కావ్యం.** ఇందలి భక్తితత్పరతను రేఖామాత్రంగా స్పృశియించటమే ఈ వ్యాస ఉద్దేశ్యం.

'ఆముక్తమాల్యద' తెలుగు ప్రబంధములలో కెల్లా అద్భుతమైనది. 'ముక్తము' అంటే విడువబడినదని అర్థము. 'మాల్యము' అంటే మాల. 'ద' అంటే ఇచ్చునది. అనగా తాను ధరించి విడిచి పెట్టినదనే అన్వయంతో గొప్ప అర్థాన్నిచ్చే పేరును తెలుగున అత్యుత్తమమైనదిగా చెప్పబడుతున్న ఒక కావ్యానికి పెట్టడం నిజంగా గొప్ప. పరమాత్మకు అలంకరణగా తనతండ్రి విష్ణుచిత్తుడిచ్చిన పూమాలను తండ్రికి తెలియకుండా తాను ధరించి ఇచ్చిన గోదాదేవి ఈ కావ్యనాయిక. ఆమెయే 'ముక్తమాల్యద' 'శూడిక్కొడుత్తాళ్' అనే తమిళపదానికి 'ఆముక్తమాల్యద 'నే పదం సరైనది. గోదాదేవి రెండు మాలలను స్వామికి సమర్పించిందని తమిళ సారస్వతములోని గోదాదేవి స్తుతులు తెల్పుతాయి. **(పాడికొడుత్తాల్ నర్పామాలై, పూమాలై శూడిక్కోడుత్తాల్యైళ్...శూడిక్కొడుత్త శుడర్కొడియే)** రెండు-ఒకటి పూమాల, రెండు పామాల (పాటల మాల) నిత్యం స్వామికి సమర్పించేదని ఈ కావ్యం చెబుతుంది.

విష్ణుచిత్తుడు వైష్ణవ ధర్మ ప్రవర్తకులలో గురువులైన 'పన్నిద్దరు ఆళ్వారులు' అని పిలువబడే పన్నెండుమంది మహానుభావుల్లో శ్రేష్ఠుడు. ఆయనంత భక్తుడు. ఆయనను 'పెరియాళ్వారు 'అంటే... పెద్ద ఆళ్వారు అని పిలుస్తారు. ఆళ్వారంటే మహాభక్తుడని అర్థం. పన్నెండుమంది ఆళ్వారులలో ఒక్కతే స్త్రీ. ఆమెయే గోదాదేవి. కనుకనే పరమ భక్తుడు, వైష్ణవుడు, విశిష్టాద్వైత మతావలంబి ఐన కృష్ణదేవరాయలు కృతి కర్త. 'ద్రావిడ గురు పరంపర ప్రభావము అనే గ్రంథమునుండి ప్రధాన కథను స్వీకరించి, స్వేచ్ఛా సందర్భోచితంగా కొన్ని మార్పులు చేసి, ప్రధాన కథకు జోడించారు. విష్ణుచిత్తులు నేటి తమిళనాడులోని (నాటి పాండ్య ప్రభువుల ఏలుబడి) శ్రీ విల్లిపుత్తూరు అనే గ్రామమంలో జన్మించారు. ఈ గ్రామంలో వటపత్రశాయి అయిన మహావిష్ణువు దేవాలయం ఉంది. స్వామిని వైష్ణవ సంప్రదాయంలో 'వడ పెరుంగోయిలాణ్ అవి పిలుస్తారు. ఆలయ పూజారి ఐనముకుందాచార్యులు, పద్మ అనే దంపతులుకు జన్మించిన భక్తి, సాత్విక గుణం కలిగినవాడే 'విష్ణు చిత్తుడు'. ఈయనకు వివాహానంతరము సంతానము లేదు. తన తండ్రి వారసత్వముగా వచ్చిన భూమిలో తోటను పెంచుతుండేవారు. అక్కడ లభించే పూలతో మాలలు అల్లి వటపత్రశాయిని పూజించుకొనేవారు. ఓనాడు పూవులను కోయటానికి వెళ్ళిన ఆయనకు దారిలో ఓ అందమైన స్త్రీ శిశువు లభించింది. ఆమెకు 'కోద్తె' (అనగా మాల అని అర్థం. తమిళనాడులో 'గోద'గా స్థిరపడింది. తమిళంలో 'ఆండాళ్' అంటే లక్ష్మి. కనుక 'ఆండాళ్' అని కూడా పిలిచేవారు) అని పేరు పెట్టి పెంచుకోసాగారు. కథలో అనేకమైన మలుపులు, ఉపకథలున్నాయి. అవన్ని ఇక్కడ అప్రస్తుతం కనుక, ఆ వ్యాస ఉద్దేశ్యం 'భక్తితత్వం' గూర్చి వివరించడమే కావున అంతవరకే పరిమితమవుతాను. గోదాదేవికి చిన్నతనం నుంచే విష్ణువుపైన భక్తి. అది కాస్త ఆయనను వివాహం చేసుకోవాలనేంత వరకు వెళ్ళింది. ఆమె చిక్కిపోసాగింది. ఆమె వేదనను గ్రహించిన

తండ్రి ఓరోజు స్వామికి తన వేదనను చెప్పుకున్నాడు. అప్పుడు స్వామి 'ఈమె నన్నే ఆరాధించుచున్నది. అందు కొరకే ఈ అవస్థయంతయూ.. సమస్త భక్తి విధానాలలోనూ గాన కైంకర్యము చేత నేను అత్యంత తృప్తి పొందుతాను. నిష్కల్మషమైన భక్తి చేత నన్ను పొందుటకు ఎవ్వరికైనా ఏ విధమైన అడ్డంకులు లేవు, రావు' అని దీనికి ఉదాహరణగా మాలదాసరి కథను చెబుతాడు. ఇది మరో కథ. రాయల వారు 'ప్రథమాశ్వాసము'లోనే గొప్ప రచనా చమత్కృతితో రచనను ఆరంభించారు. **'శ్రీ కమనీయ హారమణీ చెన్నుగదానును కౌస్తుభంబును/ దా కమలావధూటియు నుదారత దోప పరస్పరాత్మలం/ దా కవితంబులైన తమ యాకృతులచ్చతపైకి దోచియు/స్తోకతనందు దోచెనన శోభిలు వేంకటా భర్తగొల్పెదన్'** అనే ఉత్పలమాల పద్యంతో ప్రబంధాన్ని ఆయన ప్రారంభించారు. ఆయన విష్ణుభక్తుడు. సాధారణంగా కావ్యాలను (ప్రబంధాలను) శార్దూలముతో ప్రారంభిస్తారు. కాని ఈయన భక్తిని ఉత్పలమాలలో చూపించారు. ఉత్పలమంటే కలువ. నీలోత్పలమంటే నల్లకలువ. కలువలలో శ్రేష్ఠమైనది. ఇందులో కథానాయిక వరించినది నల్లనయ్యనూ. కావ్యరచన చేయమని, తెలుగులో రచించమని రాయలవారికి కలలో శ్రీకాకుళాంధ్ర మహావిష్ణువు కనిపించి అజ్ఞాపించాడని చెబుతూ.. **'నీలిమేఘముడాలు డీలు సేయగాజాలు/** మెరుగు **జామనచాయ మేనితోడ/ నరవిందముల కచ్చులడగించుజిగి హెచ్చు...'** అని ఆ దేవదేవుని స్తుతించగా ఆయనానందముతో 'మా' గురించి తెలుగులో ఒక కావ్యము రాయమన్నారు. 'మా' అంటే లక్ష్మీనారాయణులని అర్థం. రచన కూడా గోదాదేవి గురించే కదా. ఆమె కూడా అమ్మవారి అవతారమే కదా... ఇక అంకితం ఎవరికివ్వాలంటావా? నీ నిత్యస్మరణా దైవం ఆ వేంకటేశ్వరునికీయవయ్యా! ఆయన సర్వ అవతారాల మూలమూర్తి కదా అని స్వామి చెప్పారట. ప్రథమాశ్వాసము ముగింపులో హరిని గూర్చి ఆయన

అవతారములను గురించి అత్యంత అలతి పదాలతో, అనంతార్థాలనిచ్చే చక్కని భావగర్భితమై కందమును గొప్పగా పేర్కొన్నారు.

జలచరకిటి హరి వటూ భ్రుగు

కుల రఘుకుల సీరి బుద్ధా ఘోటి ప్రముఖో

జ్జ్వల జని కృత జనరక్షా

అలమేల్మంగాభిధేందిరాలయ వక్షా

అనగా జలచర- మత్స్య, కూర్మావతారములు; కిటీ- సూకరము, వరాహావతారము; హరి- సింహము, నరసింహావతారము; వటు- వామనుడు; భ్రుగుకుల- పరశురామావతారము; రఘుకుల- శ్రీరామావతారము; సీరి- బలరాముడు; కృష్ణావతారము; బుద్ధ- బుద్ధుడు; ఘోటి - (గుర్రానెక్కినవాడు) కల్కి అవతారము; ప్రముఖ- ఉజ్వల- జని కృతజన రక్షా- మొదలైన ప్రకాశవంతమైన జన్మలనెత్తి జనులను రక్షించువాడా... ఇంతకన్నా గొప్ప భక్తితత్వ చిత్రణా ఇంకెక్కడైనా ఉన్నదేమో... చూడాలి...

ద్వితీయాశ్వాసము ప్రారంభములో కూడా ఆ వేకంటాచలపతిని రచనలో కథావస్తువుకు అనుగుణంగానే **'శ్రీ నయన కువలయుగళా/ నూన జ్యోత్స్నాయిత స్మితోజ్వలముఖదై/ త్యానీత సుర శ్రీపున/ రానయన క్రమణా వేంకాటాచల రమణ**' అని స్మరించారు. ఈ కథలో విష్ణుమూర్తికి విష్ణుచిత్తుల వారికీ ఉన్నది తండ్రీ కొడుకుల సంబంధమే. విష్ణుచిత్తునికి శాస్త్ర పరిజ్ఞానము లేదు. అయిన రాజు ఆజ్ఞతో అతను మధుర దివాణంలో 'దుర్మదాంధులను నానావిధములుగా పేలుతున్న'వారి గర్వం అణచి రమ్మని పంపుతాడు. అప్పుడు విష్ణుచిత్తుడు స్వామికి తన కష్టం చెబుతాడు. అంతటా స్వామి 'నీకెందుకు నేను ఉన్నానుగ' వెళ్ళు అంటాడు. **'నీ యిచ్చయె? మిన్నకపో/ వోయి ముని ప్రవర! నిన్ను నొప్పింతును భూ/ నాయక సభ నిందులకై/**

యేయుద్ధము వలవ దవల నేనున్నడణ్ అని చెప్పటంలో దేవుని భవత్సలతను గమనించవచ్చు. విష్ణుచిత్తుడు సభలో సాధించిన విజయాన్ని చూడటానికి, తనభక్తుని విజయాన్ని తన విజయంగా భావించిన ఆ స్వామి ఆకాశ వీధిలో ప్రత్యక్షమయ్యాడు. అది చూసిన విష్ణు చిత్తుడు ఆయనను- **'జయజయ దానవ దారణా కారణా శార్ఙ్గ రథాంగ గదాసిధారా/ జయజయ చంద్ర దినేంద్ర శతాయుత సాంద్ర శరీర మహః** ప్రస్రా...' ఈ ప్రబంధములో రాయలువారు అనేకానేక వర్ణనలు చేసినా ప్రత్యేకంగా 'భక్తి 'ని వర్ణించటంలో ఓ ప్రత్యేకమైన కావ్య, వ్యాకరణా శైలిని అనుసరించటం ఆయనలో సాహితీ ప్రకర్షణ చూపుతుంది. తెలుగు సాహిత్యంలో చిరయశోకీర్తి కలిగిన కావ్యం 'ఆముక్తమాల్యద'.

వ్యక్తిత్వ వికాసం

అజ్ఞాని అసాధారణమైన వాటిని చూచి

విస్మితడవుతాడు, జ్ఞాని సాధారణమైన వాటితో

విస్మితడవుతాడు, అన్నింటికంటే మహావింత

ప్రకృతి నియతత్వం - జె.డి. బోర్డ్ మన్

వ్యక్తులు ఆయావిధంగా ఎందుకు ప్రవర్తిస్తారో తెలుసుకోవాలని ప్రతీ ఒక్కరూ అనుకుంటారు. ఈ కారణాలు తెలిస్తే ఇంకా ఎక్కువగా 'సుఖంగా' (ఆనందంగా కాదు) బ్రతకొచ్చని అనుకుంటారు. ఇందుకు కారణమేమిటి? బహుశా ఇతరుల గురించి ఎక్కువగా తెలిస్తే, వారితో అంత సమర్థతతో వ్యవహరించ వచ్చుననేది 'వ్యక్తి' భావన. ఇది క్లిష్టమైన ప్రక్రియ. కారణం 'ప్రతీఒక్కరూ' ఇదే మాదిరిగా ఆలోచిస్తారు. వ్యక్తిత్వ వికాసమనే అంశంలో అంతర్లీనంగా 'సైకాలజీ' యొక్క ప్రాధాన్యత కనిపిస్తుంది. మనస్సు (MIND), ఆలోచనలు (THOUGHTS), అనుభూతులు (FEELINGS) వంటివి ప్రాధాన్య క్రమంలో వ్యక్తిని ప్రభావితం చేస్తాయి. ఫ్రాయిడ్ 'మనోవిశ్లేషణ సిద్ధాంతం' తెర మీదకు వస్తుంది. ఆధునికకాలంలో PERSONALITY DEVELOPMENT అనేది 'మనోవిజ్ఞాన శాస్త్ర సిద్ధాంతాలు, ప్రయోగాలకు' దూరంగా జరిగిందనే అపోహ కలుగుతుంది. కవే, రాబిన్ లిన్ శర్మ

వంటి ఆంగ్ల రచయితల నుంచి 'యండమూరి' వరకు వ్యక్తిత్వ వికాసం' అనే SUBJECTను బహుళ ప్రచారంలోనికి కథలు కథలుగా, అనేక జీవన సత్యాలుగా, మహోన్నతుల వ్యక్తిత్వ వికాస చరిత్రల ద్వారా వివరించారు. వ్యక్తిత్వ వికాసానికి చక్కని నమూనాగా స్టీవిన్ ఆర్. కవే రాసిన 'The seven habits of highly effective pepole' అనే పుస్తకాన్ని గురించి చెబుతారు. నిజమే. మనిషి ఇతరుల మీద ఆధారపడే (dependent) స్థితి నుంచి స్వతంత్రుడి(independent)గా ఎదగాలంటే ఏం కావాలో స్వతంత్ర వ్యక్తిగా ఎదిగిన వ్యక్తి జీవిత సాఫల్యం పొందాలంటే ఎలా ఇతరుల సహకారం తీసుకోవాలో, అనునిత్యం తననుతాను ఏవిధంగా మెరుగు పరుచుకుంటూ అభివృద్ధి సాధించాలో ఈ పుస్తకంలో రచయిత వివరిస్తాడు.

అయితే వ్యక్తి స్వతంత్రుడిగా ఎదగటానికి 'స్థిత ప్రజ్ఞత' 'జీవిత గమ్యం' 'ప్రాధమ్యాలు ఏర్పరుచుకోవటం' వంటి వాటి సహకారం అవసరమవుతాయి. అనగా ముందుగా 'అంతరంగ విజయం' అవసరమని పై విషయాలు బోధిస్తాయి. ఈ క్రమంలో 'వ్యక్తి' వికాసానికి **'నేనూ- నువ్వూ నెగ్గాలి'** అనే దృక్పథం, ఇతరులు చెప్పేది మనం శ్రద్ధగా వింటే మనం చెప్పినప్పుడు వారు వింటారనే **'ఇంగితం',** ఒంటరిగా పోరాటం చేస్తే లభించే విజయం కన్నా సమూహంలో 'కలసి' చేసే యుద్ధం వలన 'గొప్ప విజయం' లభిస్తుందనే 'అవగాహన' అవసరం. ఇవన్నీ ఒకసారి కలిగే విజయం కోసం కాదు. నిరంతరంగా 'లభించే' శాశ్వత విజయం కోసమని గ్రహించటమే 'వ్యక్తి'(త్వ) 'వికాసం'. ఈ రకమైన 'జ్ఞానం' 'వ్యక్తి 'పైన కలకాలం నిలిచి ఉండాలంటే ఏమి చేయాలో బౌద్ధంలో బుద్ధుడు తన అష్టాంగమార్గంలో వివరిస్తాడు. కాలక్రమంలో బుద్ధుని ఈ మార్గాలను బౌద్ధంపైన పరిశోధనలు చేసిన మేధావులు 'మూడు విభాగాలుగా' సంక్షిప్తీకరించారు. అవే 'ప్రజ్ఞ' 'శీల' 'సమాధి' (మనస్సు

ఏకాగ్రత) గా పేర్కొంటారు. వ్యక్తిత్వవికాసంలో 'మనస్సు' చిత్రమయిన అంశమనే వారున్నారు. కారణం 'మనసు' నిర్మలంగా ఉంటే చూపు నిర్మలంగా, 'మనసు' అపరిశుభ్రంగా ఉంటే 'దృష్టి' అదే విధంగా ఉంటుందని భగవద్గీత, బౌద్ధం చెబుతున్నాయి. కవే కూడా చెప్పిందిదే! ఈ ప్రపంచాన్ని ఉన్నది ఉన్నట్టుగా కాక 'మనిషి' ఊహించుకున్న, వాస్తవమనుకున్న దృష్టి నుంచే చూడటం అనేది మరిచిపోలేని అంశం.'లక్ష్మణ దేవర' నవ్వు వంటి కథలు అటు భారత, రామాయణాలలోనూ, ఇటు జానపద సాహిత్యంలో ఉన్నాయి.

'The best prize life offers is the chance to work hard at work worth doing' అని వ్యాఖ్యానం. 'మనకున్న సమస్య అజ్ఞానం కాదు, ఆచరణ లేకపోవటమే' అనేది డేల్ కార్నగి నిర్వచనం. జీవితంలో అత్యున్నత స్థానాలు పొందేవారు మిగతా వారికన్నా తెలివైన వారు కాదు. కాని మిగిలిన వారికన్నా ఎక్కువ ప్రయత్నం చేసారు. అబ్రహం లింకన్ నుంచి అబ్దుల్ కలాం వరకు విజేతల చరిత్రల వెనుకనున్న వ్యక్తిత్వ వికాస సూత్రం 'వారి పని విధానం'. 'ఏది తనంతట తానే నీ దరికి రాద'ని ఎంతో చిన్నదిగా జీవిత సత్యాన్ని 'అనంతం'గా వివరించారు శ్రీశ్రీ. వ్యక్తిత్వ వికాసంలో వ్యక్తి ఉన్నతికి చేయవలసిన ఆచరించవలసిన సూత్రాలున్నాయి. ముఖ్యంగా మూసివేయాలనుకున్న ఏ.సి. కంపెనీ 'కేరియర్'ను తనదైన సృజనాత్మకమైన ఆలోచనలతో ఉన్నత స్థాయికి తీసుకువెళ్ళిన వ్యక్తి విల్లిస్. హెచ్.కేరియర్. ఆయనెంచుకున్న దారులు 'మూడు'. వైఫల్యం వలన జరిగే నష్టం ఏమిటి అనే విశ్లేషణ, వైఫల్య కారణం ఏదైనా, ఎవరైనా **తట్టుకొని నిలబడటం**, నష్టాన్ని పూడ్చి, పూర్వ వైభవ స్థితికి ఎలా రావాలనే **నిశితమైన ఆలోచన**. ఇవే అతడు తిరిగి నిలదొక్కుకోవడానికి కారణాలయ్యాయి. ఎవరికైనా అవుతాయి. ప్రపంచ ప్రసిద్ధికెక్కిన **జాన్స్ హాప్కిన్** విశ్వ విద్యాలయం సామాజిక శాస్త్రవేత్తలు దేశవ్యాప్తంగా **48 కళాశాలలో 7, 948 మంది** విద్యార్థులపైన ఓ సర్వే నిర్వహించారు. **'మనిషి**

ఉన్నతంగా జీవించటానికి కావల్సిందేమిటి' అనేది సర్వే ప్రధానాంశం. 'జీవితానికి ఓ ప్రయోజనం, పరమార్థం అని 78శాతం విద్యార్థుల సమాధానం. అంతేకాదు దానిని సాధించుకోవటం కోసం 'ప్రాణ త్యాగానికైనా' సిద్ధమని 68 శాతం విద్యార్థులు నినదించటం. ఈ సర్వే నిర్వహించిన వ్యక్తి **విక్టర్ ఫ్రాంకెల్** (ఆస్ట్రియా రాజధాని వియన్నాలో ఆయన సైకో థెరపిస్టు) గొప్ప వ్యక్తిత్వ వికాస గ్రంథం- ఆయన జీవితం. ఎందరికో స్ఫూర్తిదాయకం.

'భగద్గీత' గొప్ప వ్యక్తిత్వ వికాస గ్రంథం. తొలి 'మోటివేటర్' శ్రీకృష్ణుడు. నిరాశలోనున్న అర్జునుడిని 'యుద్ధం' చేయమని ప్రోత్సహించాడు. యుద్ధమంటే ముందు 'తనలో తాను' (నిరాశా, నిస్పృహలతో) తరువాత 'ఇతరులతో'. పద్దెనిమిది అధ్యాయాల 'గీత'ను గమనిస్తే ఓ గొప్పసూత్రం కనిపిస్తుంది. మొదటి అధ్యాయం 'విషాదయోగం' అక్కడ నుంచి ప్రారంభమయిన 'కృష్ణగీత '(గ్రాఫ్ అనాలేమో) తరువాత 'సాంఖ్యయోగం' వికాసమునకు తర్కమెంత (LOGIC) ముఖ్యమో లెక్కలు కూడా అంతే ముఖ్యము. పిమ్మట 'నిష్కార కర్మ యోగం', స్థిత ప్రజ్ఞత (నిష్కామ కర్మకి) ఎంత అవసరమో తెలుసుకోగలిగితే 'గీతాసారం' అవగతమయినట్టే. **'...సుఖదుఃఖే సమేకృత్వా'** అన్న కృష్ణ భగవానుడి వ్యాఖ్యానం. అనగా 'సుఖదుఃఖాలను, లాభనష్టాలను సమముగా భావిస్తూ పనులు చేస్తే పాప పుణ్యాలు (మన భాషలో లాభనష్టాలు) అంటవు. అంటే 'పనులు మాన'మని కాదు. చేయమని.. 'నిష్కామ' కర్మయుతంగా.. ఇంతకన్నా వ్యక్తిత్వ వికాసమేముంది. జ్ఞానం, భక్తి (గౌరవము) శ్రద్ధ, ఏకాగ్రత వంటి లక్షణాలు 'వ్యక్తి'ని వికాసం. (సర్వతోముఖంగా) వైపుగా తీసుకువెళ్తాయని గీతాసారం. మొత్తం పద్దెనిమిది అధ్యాయాలు. మొదటి వికాసదశ 'విషాదం' మధ్యలో 'ప్రయత్నం' తరువాతది 'తృప్తి' ఇదే అంతిమ విజయం. జీవితసారం. వ్యక్తి తనను తాను తెలుసుకొనేలా, సరిదిద్దుకొనేలా చెస్తుందీ

'గీత'.

వ్యక్తిత్వ వికాసమంటే తనపని తాను ఉత్సాహంగా చేసుకువెళ్ళటం. చేసుకుంటూ వెళితే ఫలితాలు వాటంతటవే వస్తాయి. ఇందుకు ప్రధానంగా **ప్రతీవ్యక్తి తన బలహీనతలను తను తెలుసుకోవాలి. తనలోని ఆయుధాలను (బలాలు) గుర్తించాలి, తనకున్న మానవసంబంధాలు, కీర్తి, డబ్బు, సంపాదన, ఆత్మతృప్తి** అనేవి దోహదం చేస్తాయి. గెలుపు దిశగా వ్యక్తిని తీసుకువెళతాయి. వ్యక్తిత్వ వికాసమంటే ఏమిటి అని ప్రశ్నించుకుంటే- సమస్య ఎదుర్కొనాలేమో గ్రహించగలగటం, ఎందుకు ఎదుర్కోవాలో బోధపడాలి. దాని వలన కలిగే ప్రయోజనం గణించుకోవాలి. ఇంతకన్నా మనిషికి కావల్సింది ఏమిటి?

భారతీయ పురాణాలు - జానపద, గిరిజన సాహిత్యం

"ఆర్యావర్తః పుణ్యభూమిర్మధ్యం వింధ్య హిమగయోః
నీ వృజ్జనపదౌ దేశ విషయే తూపవర్తనం"

అని అమరము వ్యాఖ్యానం. అనగా జన పదములులలో ఉండు వారు జానపదులు. వారి యొక్క సాహిత్యము జానపద సాహిత్యం (FOLK LITERATURE) గా పేరుపొందింది. జానపద శబ్దము ప్రాకృతత్వమును సూచించుచున్నచో దానికి పూర్తిగా విరుద్ధమైన ప్రయోగము వ్యాసభారతంలో ఉందనటానికి ఉదాహరణలు ఉన్నాయి. 'కృతజ్ఞ్యస్య మేధావి బుధో జానపదశ్శుచిః'. అనగా జానపదులు యజ్ఞం చేసిన వారితోనూ, పండితులతోనూ సమానమని భావం. ఈ విషయాన్ని ఆచార్య బి రామరాజు గారు వివరించారు. 'సుగ్రీవ విజయం' లో వేటూరి వారు ఎన్నెన్నో విధములు జానపద సాహిత్య ప్రక్రియలను వివరించారు.

'జానపద సాహిత్యమున కూడా శిష్ట సాహిత్యమువలనే వివిధ పురాణేతి వృత్తములు కలవు. బహుళ ప్రచారంలో ఉన్నాయి పాల్కురికి సోమనాథుడు బసవ పురాణ రచనమునకు మూలము ప్రజల ప్రచారమునున్న భక్తుల చరిత్రములను పేర్కొన్నాడు. ఈ సాహిత్యంలో శిష్ట సాహిత్యమునున్న ప్రసిద్ధ పౌరాణిక కథలన్నీ కలవు. ఇక్కడ గమనించదగ్గ అంశం ఏమిటంటే నూటికి 90 మంది జానపదులు

హర్ష విజ్ఞాన సూత్రములు, వయాసిక నాగరికత సూత్రములు, భారత జాతీయతా సూత్రములు సంబంధించిన కథలనే గేయములుగా అక్కున చేర్చుకోవడం

గమనార్హం. రామాయణ, భారత, భాగవతాది గ్రంథాలలో వివిధ వృత్తాంతములు అనేక రూపాలుగా ప్రచారంలో ఉన్నవి. స్వాభావికంగా మన దేశం వ్యవసాయక దేశం. పుణ్యభూమిగా విరాజిల్లుతున్న దేశంలో భారతీయ పురాణాలు ఎంతగానో జన బాహుళ్యంలో కలిసిపోయాయి. జానపదుల (జనపదుల) జీవన విధానంతో మమేకమైపోయి ఉన్నాయి. అయితే గడిచిన చరిత్ర పుటల నడుమ వర్తమాన గతకాల ప్రభావాలను తులనాత్మకంగా పరిశీలిస్తే అనేక సంప్రదాయాలకు భాషా సంస్కృతులకు ప్రతిబింబం భారత జాతీయతా జీవన సంప్రదాయమేననేది స్పష్టం. ఈ నేపథ్యంలో సామాజిక సాహిత్య ప్రగతి శీల ఉద్యమాల ప్రమాణాలతో పరిశోధకులు తమ దృష్టిని వృత్తిని పట్టుకొని కుల కళల కుల మూల పురుషుల కథలకు మూలమైన జానపద పురాణాలు పై కేంద్రీకరించారు. పాశ్చాత్య జానపద పరిశోధకుడు ఆర్.ఎస్. బాగ్స్, డార్సన్ గద్య కథనాల్లో (MYTHS), పురాణాలు(MYTHS),

ఐతిహ్యం(LEGEND), కథ(TALE) వంటి వాటి గురించి వివరంగా రాశాడు. ఈ సందర్భంగా ఖ్యాతినొందిన 'యక్షగానాలు ', 'పటం కథల' వంటి వాటిని ప్రస్తావించక తప్పదు. 'యక్షగానం' గురించి 'కీర్తింతురెద్దానికీర్తిగంధర్వులు గాంధర్వమున యక్షగాన సరణి' అని శ్రీనాథుడు తన భీమేశ్వర పురాణంలో ప్రస్తావించాడు. అయితే అంతకు పూర్వమే పాల్కురికి సోమనాథుడు 'పండితారాధ్య చరిత్ర' లో 'ప్రథమ పురాతన పటంచరిత్రములక్రమమందుబహునాటకము బాడువారు' అని వివరించాడు. పామరుడు ఎంతగానో అక్కున చేర్చుకున్న ఏలలు, సువ్వీలు, అల్లోనేరల్లు, వెన్నీల శబ్దాలు, ధవళ శోభనాలు వంటి గాన ప్రక్రియలతో యక్షగానం సాగుతుంది. స్థల పురాణగాథలు, ఇతిహాసాలు, పురాణాలు, తాత్వికాలు

వంటి వైవిధ్యమైన వస్తువులు 'యక్షగా ప్రక్రియ ' కు ప్రధానమైన వస్తువులు. పురాణ సాహిత్యంలో నీతిని, మానవీయ విలువల్ని సరళమైన భాషతో ప్రదర్శన రూపంలో అందించేవి యక్షగానాలు.

పురాణమంటే ప్రాచీనకాలానికి చెందిన జగత్ సృష్టిని, దేవతలను, దైవాంశ సంభూతులను, వివిధ తెగల పుట్టుకను వారి మూల పురుషులను, ఆచార వ్యవహారాలను వివరించేదని అర్థమవుతుంది. వేదానికి ఉపాంగం పురాణమని, అష్టాదశ భారతీయ పురాణాలను గురించి శిష్టులు చెబుతారు. సర్గ, ప్రతిసర్గ, మన్వంతర వంశాల చరిత్రల్ని పురాణమని చెబుతారు. వ్యాసుడు రచించిన పురాణాలకు సమాంతరంగా జానపద పురాణాల ఆవిర్భావం జరిగిందనేది పరిశోధకుల అభిప్రాయం. అయితే పురాణాలలో మతానికి ప్రాధాన్యముంది. కులపురాణాల్లో కుల విజ్ఞానానికి స్థలముంటుంది. ఈ జానపద పురాణాలని ఉపపురాణాలుగా చెబుతారు. పురాణాలు మాదిరిగానే ఇవి కూడా 'విలువల్ని ' సంతరించుకొనే ఉంటాయి. వృత్తి పురాణాల్లో దాదాపు 95శాతం పురాణాల ప్రదర్శన కళారూపాలలో ఉండటమే వీటి ప్రత్యేకతగా చెప్పవచ్చు. యజుర్వేదంలో శివుడు దేవుడుగా వివరించబడటం తెలిసినదే..! మొదట వచ్చిన వేదాల్లో 'విష్ణు ' ప్రాధాన్యత ఎక్కువ. ఆరాధ్యులైన భక్తుల చేత 'శివ పురాణాలు' వచ్చాయంటారు. ఇక్కడో విషయమేమిటంటే శివ, వైష్ణవ పురాణాలకు వైదికతకంటే 'లౌకికతత్వం' అవసరమైంది. ఈ కారణాలే 'కుల పురాణాల' ఆవిర్భావానికి వేదికయినవి. 154 వృత్తి పురాణాలు శైవమతం, శివలీలలు ప్రధానంగా ఉన్నాయి. ఈ జానపద పురాణాలు 12వ శతాబ్ధంలో (బసవేశ్వరుని తరువాత) ఉనికిలోనికి వచ్చినట్టుగా పరిశోధకులు చెబుతారు. సమాజంలో కులమతాల వర్గీకరణ జరిగిన తరువాతనే 'పురాణాలు' రూపకల్పన జరిగి ఉండవచ్చు. నన్నయ్య భారత రచనకి

సమకాలీనమైనది 'శ్రీమహదాంధ్ర మహాగేయ పురాణం' కావ్యం వచ్చింది. ఈ ఆరు ఆశ్వాసాల మహాకావ్యాన్ని 'రామలింగార్య ' రచించారు.

అష్టాదశ మహాపురాణాల్లాగే 'వృత్తి పురాణాలు' కూడా విలువల్ని పెంపొందించాలనే ఉద్దేశ్యంతోనే సృజన చేసారనవచ్చు. వృత్తి కథలకు పురాణాలని పేరు పెట్టుకోవడం వెనుక గొప్ప సాంస్కృతిక నేపథ్య ఔన్నత్యముంది. ఈ పురాణాలను వివిధ కళారూపాలుగా ప్రదర్శిస్తున్న కులాలు 198 వరకు ప్రస్తుతమున్నాయి. 'గిరిజన 'తెగలు కూడా ఉన్నాయనేది విశేషం. కోయ, గోండు, నాయిక, పోడు వంటివి ప్రధానమైనవి. ఇందులో 152 కులాలకు పురాణాలున్నాయి. అష్టాదశ పురాణాలకి ప్రత్యామ్నాయ పురాణంగా 'జాంబపురాణం'కు పేరుంది. శైవానికి ప్రాధాన్యతనిచ్చి, ప్రాణసృష్టికి మూలమేమిటో ఈ జానపద పురాణంలో కనిపించటం విశేషం. శైవానికి తగిన ప్రాధాన్యమిచ్చే జానపద పురాణాల్లో 'పార్వతీ కళ్యాణం' ఒకటి. 'మాల చెన్నయ్య పురాణం' 'సముద్ర మథనం' కథ ఆధారంగా లిఖించబడింది. 'ఆరంజ్యోతి కళ్యాణం' 'బలభద్ర విజయం' వంటివి భారతీయ పురాణాల ఆధారమైన కథలతో- సామాజిక ప్రాధాన్యతను వివరించటం గమనార్హం. ఇలా జానపద పురాణాలు- భారతీయ పురాణాలను గురించి ఎందరెందరో పరిశోధకులు గొప్ప గొప్ప గ్రంథాలు వ్రాసారు. 'బి. రామారాజు' 'ననుమాస స్వామి' 'డా.ఎన్.ఆర్. వేంకటేశం' తదితరులు ఆ అంశంలో మార్గదర్శకంగా నిలిచారు.

గిరిజన సాహిత్యం: జానపద, గిరిజన సాహిత్యాలు మౌలికంగా ఒక్కలాగే కనిపించవచ్చు. కాని వాటి మధ్య విస్తృతమైన బేధం కనిపిస్తుంది. గిరిజన అనే ఈ నామ ఔచిత్యం ముందుతరాలకు అందించే సాహిత్యాలలో మౌఖికతకు ప్రాధాన్యముంది. ఈ సాహిత్యంలో అనేకానేక ప్రక్రియలున్నాయి. గిరిజన జానపద సాహిత్యం ఇందుకు మినహాయింపు కాదు. ప్రధానంగా జాతి అస్తిత్వంలో 'పరిసరం' విడదీయరానిది. తెలుగు రాష్ట్రాలలో అడవులు, లోయలు, బయళ్ళు, పీఠభూములు

వంటి వైవిధ్యవంతమైన భౌగోళికత పరుచుకొని ఉంది. మన్నె కొట్టాలుగా, దక్షిణంలో మెట్ట ప్రాంతాలను బోయకొట్టాలుగా, కనుమలను మలయ (మాల్, మల, మలై) పర్వతాలుగా వ్యవహరిస్తారు. వీటిలో అత్యున్నతమైన మహేంద్రగిరితోపాటు ఈ పర్వతాలను మన సంప్రదాయ పరిభాషలో కులపర్వతాలుగా పిలవటం పరిపాటి. ఈ పర్వత ప్రాంతాల్లో తెలుగు రాష్ట్ర ప్రభుత్వాలు గుర్తించిన ఆరు తెగలున్నాయి. కొడ్డదొరలు, బగతలు, వాల్మీకులు, కొండకమ్మరులు, కొండరెడ్లు, కొండ కాపులు, నల్లమల ప్రాంతంలో చెంచులు వంటివారున్నారు. వీరి సంప్రదాయాలు సాహిత్యం వంటివి విభిన్నతకు నమూనాలుగా ఉన్నాయి. ఇవికాక భారతదేశం మొత్తాన్ని గమనిస్తే 'గిరిజన ' తెగలు ఎన్నెన్నో ఉన్నాయి. మధ్య భారతంలోని ముండా, ఒరాన్, సంతల్, హో వంటి గిరిజన సమూహాలు గురించి 19వ శాతాబ్దంలో బ్రిటిష్ ప్రభుత్వం వివరించడం జరిగింది. స్థానికతన మిత్రా(1922, 1928) రామ్ కు (1916), ఎల్విన్ లు ఒరిస్సా(1954) మధ్యప్రదేశ్(1937-49) రాజస్థాన్(1949) వంటి ప్రాంతాల గిరిజనులపై సమగ్రమైన, క్రమబద్ధమైన కార్యాచరణను పూర్తి చేసారు. గిరిజన పురాణాలపై, కథలపై సమగ్రమైన అధ్యయనాలు జరిగాయి. ఈ వైవిధ్యంలో నుంచి వివిధ రాష్ట్రాల జానపద గిరిజన సాహిత్యంను పరిశీలించే క్రమంలో ఎంతో విభిన్నత సాదృశ్యాలు కనిపిస్తాయి. వీరి సాహిత్యంలో (పురాణాల్లో) విశ్వం యొక్క మూలం, దేవుళ్ళు, మనిషి మరియు జంతువుల కథలున్నాయి. ఆత్మలు, మాయాజాలం, మరణం తరువాత మనిషి జీవితం వంటివాటిని గురించిన పెక్కు అంశాలు కనిపిస్తాయి. ఒక్క చిన్న అంశాన్ని ఇక్కడ ప్రస్తావించుకోవాలి. అదిలాబాద్ జిల్లా గొండ్ తెగవారు విశ్వసించే దేవుడు పహండి కుపాల్ లింగు మరియు రాయితడ్ జంగుభాయి వీటి వెనుక అనేకానేక కథలున్నాయి. ఇతిహాస విశేషాలున్నాయి. 'శివుడు 'ప్రస్తావన ఉంది. భారతీయ పురాణాల నేపథ్యం కనిపిస్తుంది. ఆ సాహిత్యంలో దేవుళ్ళు మంచి బుద్ధి, జ్ఞానంతో హితబోధలు చేసిన

సన్నివేశాలున్నాయి. వీటి ప్రభావం వలననే దీపావళి (పహండి కుపార్ లింగు), పుష్యమవాస్య (జనవరి- రాయితడ్ జంగుబాయి) భావై (మే - పెర్సిసేన్) దసరా (పూజా) హోళీ వంటి వాటిని నిర్వహిస్తున్నారని అనుకోవచ్చు.

దేశంలో ఏ ప్రాంతానికి చెందిన గిరిజనులైనా లేదా జనపదాలలోని వారైనా (గిరిజన అనేపదం వేరు కనుక) ప్రముఖంగా తమ తమ మౌఖిక సాహిత్యాలలో 'దేవుడు ' ప్రస్తావన ప్రధానం చేసారు. మరియు 'ప్రకృతి'ని ప్రధానమైనదిగా పేర్కొన్నారు. ఒక 'గోండు పాట'లో 'హంకెవాత పురుడు డేగా, మల్ పోరికుల్ వోత/ మల్ పోరికుస్ వోత'(పిల్లలనునెమలి మేపుతుంది. అక్కడ నుంచి గద్ద వస్తుంది. నెమలి పిల్లలను ఎత్తుకుపోతుంది) అని వివరించటంలో ప్రకృతి, చావు, రక్షణ వంటివాటి పరిరక్షణ 'మనిషి'కి అవసరమని చెబుతుంది. ఇదో ప్రధానమైన సాదృశ్యమనే చెప్పాలి. ఇటువంటివి చాలా సన్నివేశ వివరణలు వాచ్యం జానపద, గిరిజన సాహిత్యంలో కనిపిస్తుంది. వీటి వెనుక నేపథ్యం భారతీయ పురాణ గాథలలో నీతి, నైతిక సూత్రాల అంతర్లీన కథలున్నాయనుకోవాలి.

జానపద సాహిత్యం యొక్క ముఖ్యమైన లక్షణం ఏంటంటే, విధులు భిన్నంగా ఉండటం, రూపం ఒక్కలాగానే కనిపించటం. ఉదాహరణకు జానపద సాహిత్యంలో పనిలోని అలసటను పోగొట్టుకొనేందుకు ఉత్సాహం కోసం 'గేయం' ఉంది. ముందా గిరిజన సమూహాలలో 'పని-పాట ' ఉంది. వారు పని బాగా చేయటానికి ఇది సహాయపడుతుంది. గిరిజన తెగల సాహిత్యంలో వారి స్వభావం, నివాసం, దేవతలు, అడవితో వారి సహవాసం వంటి అంశాలుంటాయి. వీరి సాహిత్యంలో వారియొక్క జీవితం, సంస్కృతిలలో ఒక మిశ్రమ సంపూర్ణతను తెలియజేస్తాయి. సంగీతం, నృత్యం ప్రధానంగా ఉంటాయి. భారతీయ పురాణాల అంతర్లీన అంశాలైన విజయం యుద్ధం, ప్రేమ, గౌరవం, కీర్తి, ఆరాధన, ఆచారాలు, సాగు, పండుగలు వంటివి ఉంటాయి. అనేకమైన పౌరాణికమైన ప్రదేశాలు, పాత్రల పేర్లు వంటివి కలసి

ఉండటం విశేషం. మరో ముఖ్యమయిన అంశమేమిటంటే 'జనపద' 'గిరిజన' తెగల సాహిత్యం గొప్ప మౌఖిక సంప్రదాయంను అనుసరించాయి. ఈ విశేషాన్ని పరిరక్షించుకోవడం, ప్రచారం చేయటంలో ఆయా ప్రాంతాల 'తెగలు' వాటికి అత్యంత ప్రాధాన్యతనిచ్చారు. కనుకనే ఆయా సమాజాలు నేటికి 'వాస్తవంగా' ఉన్నాయి. లేకుంటే తమ ఉనికి కనుమరుగయ్యేదేమో...!?

భారతీయ సాహిత్యంలో 'ఋగ్వేదం' ప్రధానమైనదని నమ్ముతారు. సంస్కృతంలో లిఖించబడినప్పటికి నైతిక బోధనలతో నిండి ఉందనేది కాదనలేని సత్యం. ఈ అంశాలతో మరియు పురాణాలతో జానపద కథలు, గేయం వంటివి నేటి ప్రపంచంలో కూడా 'సహజంగా' మేళవించబడినాయనేది పరిశోధకులు అంచనా. ఏ ప్రాంతం 'జానపద'మైన తమదైన బహుళ మాండలికాలు, కొంత ద్విభాషావాదం కలిగి ఉన్నవే. అయితే మౌఖిక సంప్రదాయంపై ఎక్కువగా ఆధారపడి ఉండటం వలన కొన్ని వాటి మూలాలను కోల్పోయి ఉండవచ్చు. కాని, సుదీర్ఘమైన వాటి చరిత్ర నేటికి చిరస్థాయిగా నిలిచి ఉంది. స్వాతంత్ర్యం తరువాత వీటిని విద్యావేత్తలు పునర్నిర్మించారు.

భారతీయ పురాణాల నేపథ్యం నుంచి జానపద, గిరిజన సాహిత్యాలపై తులనాత్మక సమీక్ష చేసే సమయంలో ఎంతో విభిన్నత కనిపిస్తుంది. సాదృశ్యాలు గోచరమవుతాయి. ఇందుకు ప్రధానమైన కారణం 'భౌగోళిక ' సామాజిక, సంప్రదాయ, నీతి, నైతికతల ప్రస్థానం. ఆయా తెగలు, జాతులకు 'తమకంటూ' ప్రత్యేకమైన లిపి(?) మౌఖిక సంప్రదాయానికి అవసరమైన సంగీత, సాహిత్యాల చరిత్ర ఉంది. 'వంగపండు' గద్దర్ పాటలతో 'గొండు 'గాయకుల పాటలను నిర్వచించలేము. ఏది ఏమైనా వీటి వెనుకనున్న 'పురాణాల ' దేవతలు, గాథలు ప్రధానమైనదనేది వాస్తవం.

గురు విశ్వ 'స్ఫూర్తి' - మానవజీవన వైచిత్రి

The human life is the bio evolutionary climax, consists astral subtility of the micro- cosm. So, making use of utility of vitality, the innovate intelligence and the introspect... Intellect is better than the make do with...

(The life)

ప్రకృతి ద్వంద్వ ప్రభావిత మానవ జీవితం. జ్ఞాన మహనీయత, మానసిక బలహీనత, అనేది మానవజాతి ప్రత్యేకతగా, ప్రగతిగా వర్ధిల్లుతోంది. శ్రీ గురూజీ రచనల్లో 'మనిషి జీవన వైచిత్రి'లో భిన్న కోణాల ఆవిష్కరణ పరమాద్భుతం అనిపిస్తుంది. ఆలోచింపజేస్తుంది.. ఆచరణీయ సూత్రాలుగా ప్రేరణనందిస్తుంది. 'మనిషి ఓ చిత్రమైన సృష్టి. అన్నీ తనలోనే ఉన్నా, ఏది తన దగ్గర లేదని 'కుమిలిపోతే తత్వం'. ఇతరులకు పంచగలిగిన స్థితిలో ఉన్నా... 'ఏమీ లేదని' వాపోయేవాడు. ఇతరుల దగ్గర నుంచి ఆశించే 'స్వార్థం' తన తత్వంగా... అత్యంత సహజమైన ప్రక్రియగా మలుచుకొని 'జీవితం' 'సా...గి...స్తున్న వ్యక్తి'. మనిషి జీవనమైత్రికి 'జీవిత' వృత్తికి అత్యంత భిన్నం. ఎందుకు ఈ ద్వంద్వమని ప్రశ్నించుకునే వారికి 'విశ్వ స్ఫూర్తి' రచనలు 'చుక్కాని'లా పనిచేస్తాయి. తానేమిటి... తన ప్రయాణమేమిటి... సమాజంలో తానెవరు... అనే ప్రశ్నలు తనని తాను ప్రశ్నించుకోని వారికి శ్రీశ్రీశ్రీ గురుదేవుల రచనలు ' స్ఫూర్తి' మంత్రాలు. ఓ రోజు శ్రీరాముడు వశిష్టుని ఆశ్రమానికి వెళ్ళాడు. మహర్షి లోపల పూజలో ఉన్నారు. రాముడు బయట నిలబడి ఉన్నాడు,

లోనికి ఆహ్వానం కోసం. "ఎవరది" మహర్షి ప్రశ్న 'లోనుంచి'... 'అది తెలుసుకుందామని వచ్చాను' స్వామి అన్న రాముని 'బయట నుంచి' జవాబు. ఈ 'లోపల' 'బయట' ప్రశ్న సమాధానాలకు ప్రతీ మనిషిలో జవాబులున్నాయి. కానీ... తనను తాను ప్రశ్నించుకునే వారి కోసమే ' లైఫ్' 'వ్యూస్' వంటి గురుదేవుల రచనలున్నాయి.

'చుట్టుముట్టి అశాంతి- మట్టు పెడుతుంటే వ్యక్తిత్వాన్ని

వేదాంతపు ఓదార్పుకు- వెతుకులాట సాగించడం

మనిషి బుద్ధికే చెల్లింది మరొక దానికి లేదు' అంటారాయన. అశాంతి ఎక్కడ నుంచి వస్తున్నదో 'ఎవరు కారకు'లో తెలుసుకోకుండా 'ఎవరో' కారణమనే అజ్ఞానం అతని 'జ్ఞానాన్ని' మరుగున పరుస్తుందని తెలుసుకోలేని 'చిత్రం' మనిషి జీవన వైచిత్రి.

'వృద్ధిని కోరే బుద్ధిని - సాధించగల శక్తిని

పుష్కలంగా గల మనిషి - ఉండలేదు కదా నిష్క్రియగా' అని జీవన సూత్రాన్ని ఎంతో సరళంగా చెబుతాయి గురుదేవుల రచనలు. 'నేను' 'నాది' అనే వ్యక్తిగత అవసరాలకు అనునిత్యం తనలో తాను, ఇతరులతో తాను కూడా పెనుగులాడే వ్యక్తి మరచిపోతున్న అంశాలను ' అదిలించి' ఆలోచించమంటాయి ఆయన రచనలు.

అన్నింటా స్వార్థం - ఆశల తీర్థం

బ్రతుకును మెలిపెట్టి - పిండి వదిలేస్తాయ్

వర్తమాన వాస్తవం - తెస్తుంది గతాన్ని జ్ఞప్తికి' అయినా మానవ ప్రకృతిలో పిసరంత కూడా మార్పు రాదేందుకో 'వ్యక్తి' సమిష్టిగా ఆలోచించుకోవాల్సిన అవసరముందనేది 'వ్యూస్' లో చెబుతారు గురూజీ. మానవ మనుగడ వర్తమానంలో క్లిష్టతరమయిపోయిందని వాపోయే వారున్నారు. కానీ... అది 'తన' 'తనలోని' వ్యక్తులు వలన కాదా అనే ఆలోచన రాదు... 'మంచితనం' జాడను చూడలేని వ్యక్తుల సమూహాలలోని 'తను' కూడా ఒకరుగా ఉండటం వలననే కదా 'క్లిష్టత'

మానసికంగా... సామాజికంగా ఈ అంశాలను గురూజీ ఎంతో సరళంగా స్పష్టంగా తగిన పరిష్కారాలతో, ఆత్మీయత పూరిత హెచ్చరికలు చేస్తారు.

'ఆదాయమే యిస్తుంది ఆధిపత్యం మనిషి- మానవత్వానికి
మనిషిలోని మంచితనం - చేస్తుంది మేలు 'మాట వరసకే'!
ఉంటారు లెండి అరుదుగా- మంచితనానికి విలువిచ్చేవారు.
పోషిస్తుంది మనిషిని 'మనీ'- మంచితనం కంటే గొప్పగా
అయినా వుంటుంది లెండి మంచితనానికి దాని విలువ దానికి

గమనిస్తే (కాదు... ఆచరిస్తే) గురూజీ ప్రతీ రచన ' మల్లెపూల చెండు'తో కొట్టి నిద్రలేపి.. మనిషి, 'మనీషి'గా మారేందుకు మార్గం చూపిస్తుంది. **'తీర్చలేకపోయినా అవసరాలకు మంచితనం/ ఆదుకుంటుంది మనిషిని- ఆపదలో మానవతగా**'ఇంత గొప్పగా 'సింపుల్' గా ఆయన రచనల్లోని 'మానవీయ జీవన వైచిత్రి'లోని వివిధ పార్శ్వాలను చదువరిని స్పృశిస్తాయి. అయితే మంచితనం, మానవత్వాలు 'చేతకాని'తనంగా పరిగణించే సమాజం మన చుట్టూరా ఉందని హెచ్చరిస్తారాయన. **'అయితే మంచితనం మానవత్వం ఒకవైపే/ అవుతాయి అవి కొన్ని వేళల- అపార్థం, అసమ్మతి.** అయితే ఆశావాహ దృక్పథం మనిషి విడనాడకూడదు. నిరాశ కూడా ఓ మానసిక దౌర్భల్యమే. అదొక జబ్బు అంటారు. మానసిక శాస్త్రవేత్తలు. ఆధ్యాత్మిక చింతన అవసరమంటారు. అన్నీ వాస్తవాలే కానీ... మనిషి మనసు చేసే గారడీలు 'మనిషి'కే అర్థం కావు కదా!

జీవన సౌఖ్యం - జీవితస్థాయి....
జరగాలి వృద్ధి - ఉభయ పార్శ్వాలుగా
సంపద సంపాదన - కారణాలే రెండు మనిషి విలువకు.

అని హెచ్చరికలు, సూచనలు చేస్తూనే 'మంచితనం'తో చేసేది 'అపాత్ర దానం' కాకూడదంటారు. 'మంచితనం' నటన కాకూడదు. పది రూపాయలు దానం చేసి

పదివేలు ప్రచారం కోరుకునే వారిది ఏ వర్గమో చెప్పనవసరం లేదు.

ఆశించి చేసేది ఏదైనా— కాబోదు ఆత్మీయత ఏనాటికి

సమాజం- మనిషి పరస్పరాధారాలు. విడదీయలేని జంట పదాలు. 'మానవ నైజంలోని వైచిత్రి'కి ఇదొక కారణం కావచ్చు. అందుకనే గురూజీ'

వ్యక్తినీతి, సమాజరీతి కావాలి

సమాజ ధర్మం - వ్యక్తికి ఆదర్శం కావాలి

వ్యక్తి సమాజం- భావి పురోభివృద్ధికి, కారణం కావాలి అని గురు బోధ చేశారు. ఆచరిస్తే

ప్రతి వ్యక్తి సమాజంలో 'ఒకరు' కాదు- శక్తిగా ఎదుగుతారు.

నిరంతరాయమైన కష్ట సుఖాల- మంచి చెడుల ఈ మానవ ప్రయాణంలో మనిషి 'తనకు తానుగా' నిలబడి ఉత్తమ విలువల 'వ్యక్తి'గా, సమాజ దిక్సూచిగా మారటానికి గమనించుకోవలసినది ' పుట్టేది మట్టిలో ఉండేది జీవితంలో - పోయేది తుదకు/ తెలిస్తే కొంతైనా ఆ కర్తెవరో మనిషిలో' అనే గురూజీ వ్యాఖ్యానం అక్షర సత్యం- నిత్య జీవన ఆచరణీయ సూత్రం. ఆయన మాటలతోనే వ్యాసం ముగిస్తాను.

'The creative human mind has its procreative nature of its capacity as well as the opacity of the precipitency, inspire of having the apprehension in oodies'

KASTURI VIJAYAM

📞 00-91 95150 54998
KASTURIVIJAYAM@GMAIL.COM

SUPPORTS

- PUBLISH YOUR BOOK AS YOUR OWN PUBLISHER.

- PAPERBACK & E-BOOK SELF-PUBLISHING

- SUPPORT PRINT ON-DEMAND.

- YOUR PRINTED BOOKS AVAILABLE AROUND THE WORLD.

- EASY TO MANAGE YOUR BOOK'S LOGISTICS AND TRACK YOUR REPORTING.

www.ingramcontent.com/pod-product-compliance
Lightning Source LLC
LaVergne TN
LVHW012121070526
838202LV00056B/5819